AF750442

തീക്കുണ്ഡം മുതൽ റിയാക്ടർ വരെ

INSIGHT PUBLICA®

Nadakkavu, Kozhikode, Kerala
Tel:0495–4020666
www. insightpublica. com
e-mail: insightpublica@gmail. com
Theekkundam Muthal Reactor Vare
Author**: Alexeye Khrilove**
(Malayalam)

First Insight Edition: December 2018
This Edition March 2024

ISBN 978-93-87398-57-3

Printed and Published by
Insightinpublica Printers & Publishers Pvt. Ltd.

അലെക്സേയ് ക്രിലോവ്

തീക്കുണ്ഡം മുതൽ റിയാക്ടർ വരെ

ചിത്രങ്ങൾ : അന്ദ്രേയ് പ്ലത്തനോവ്

വിവർത്തനം : ഓമന

INSIGHT PUBLICA®

ഉള്ളടക്കം

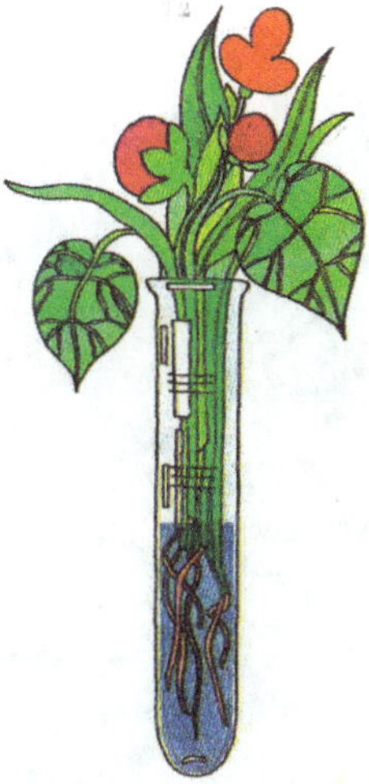

Al Fe_2O_3
C_6H_{14}
O H_2SO_4

HCe
H
Cu
Si

അദൃശ്യമായ ചാർജ്ജ്

വലിയ കെട്ടിടങ്ങൾ നിർമ്മിക്കുന്നതെങ്ങിനെയെന്ന് നിങ്ങൾ കണ്ടിട്ടുണ്ടോ? കെട്ടിടം പണിക്കാർ ഇഷ്ടികകളോ സിമന്റ് ബ്ലോക്കുകളോ പൊക്കിയെടുത്ത് വരിയായി അടുക്കിവച്ചിട്ട് വേണ്ട സ്ഥാനത്ത് സ്ഥാപിക്കുന്നു.

ഇഷ്ടികകളും വീടുകളും മനുഷ്യനിർമ്മിതമാണ്. അതിന് പലതരം യന്ത്രങ്ങൾ മനുഷ്യരെ സഹായിക്കുന്നു: സിമന്റ് കൂട്ടുന്ന യന്ത്രങ്ങൾ, കൺവേയറുകൾ, ക്രെയിനുകൾ, ലോറികൾ മുതലായവ.

മനുഷ്യർക്കും യന്ത്രങ്ങൾക്കും ജോലി ചെയ്യാൻ ശക്തി ആവശ്യമാണെന്ന് നിങ്ങൾക്ക് അറിയാമല്ലോ. ആവശ്യമുള്ള സാധനങ്ങൾ ചുമന്നുകൊണ്ടുവരാനും ഉയർത്താനും ഉരുട്ടാനും മറിച്ചുവയ്ക്കാനും മറ്റും ശക്തി കുറച്ചൊന്നും പോരാ.

മനുഷ്യർക്ക് എവിടെനിന്നാണ് ഈ ശക്തി ലഭിക്കുന്നത്? കൊച്ചുനാളിൽ മുതലേ എല്ലാവർക്കും അതിന്റെ ഉത്തരം അറിയാം. അമ്മയും മുത്തശ്ശിയും പലവട്ടം പറയാറുള്ളത് ഓർമ്മിക്കൂ: "തിന്നില്ലെങ്കിൽ നീ വലുതാവുകയില്ല. നിനക്കു ശക്തിയുണ്ടാവുകയില്ല." അതു സത്യമാണുതാനും. മനുഷ്യന് ശക്തി ലഭിക്കുന്നത് ആഹാരത്തിൽനിന്നാണ്. അവന്റെ "ഇഷ്ടികകൾ". അതായത് ശരീര നിർമ്മാണത്തിനാവശ്യമായ "നിർമ്മാണ സാമഗ്രികൾ", കിട്ടുന്നതും ആഹാരത്തിൽ നിന്നു തന്നെയാണ്.

എന്നാൽ യന്ത്രങ്ങൾക്ക് ശക്തി എവിടെനിന്നു കിട്ടുന്നു? അവയുടെ പോഷണത്തിന്റെ ഉറവിടം എന്താണ്? ആ ഉറവിടങ്ങളിൽ ചിലത് ഞങ്ങൾ ചൂണ്ടിക്കാണിക്കാം. ഗ്യാസ്, എണ്ണ, പെട്രോൾ, കൽക്കരി, മണ്ണെണ്ണ, വൈദ്യുതി.

"ഒന്നു ചോദിച്ചോട്ടേ," നിങ്ങൾ പറയുമായിരിക്കും, "ഒരു വീപ്പ

എണ്ണയും ആർക്കും കാണാൻ കഴിയാത്ത വൈദ്യുതിയും സ്വാദുള്ള ഒരു പഴമോ ഒരു ഗ്ലാസു പാലോ പോലെയാണെന്ന് എങ്ങിനെ പറയും?" അതെ, ഒറ്റ നോട്ടത്തിൽ അവ തമ്മിൽ യാതൊരു സാദൃശ്യവുമില്ല. എന്നാൽ കൂടുതൽ ആലോചിച്ചു നോക്കിയാൽ അവയ്ക്കു പൊതുവായി പലതും ഉണ്ടെന്നു കാണാം.

പഴം, പാല്, റൊട്ടി, വെണ്ണ, പെട്രോൾ, ഗ്യാസ്, വൈദ്യുതി എന്നിവയെല്ലാം ശക്തിയുടെ ഒരു ചാർജ്ജ് പ്രദാനം ചെയ്യുന്നു.

ഈ അദൃശ്യമായ ചാർജ്ജിനെയാണ് ഊർജ്ജം എന്നു വിളിക്കുന്നത്. ഊർജ്ജം എല്ലാറ്റിനും ആവശ്യമാണ്. എല്ലായിടത്തും ആവശ്യമാണ്. ഒരു തീവണ്ടി ഉണ്ടാക്കുന്നതിനും, അത് ഓടിക്കുന്നതിനും ഷർട്ടു തുന്നുന്നതിനും പെട്ടിയുണ്ടാക്കുന്നതിനും ഊർജ്ജം കൂടിയേ തീരൂ. ധമനികളിലൂടെ രക്തം ഓടുന്നതിനും മാംസപേശികളെ പുഷ്ടിപ്പെടുത്തുന്നതിനും വ്യക്തമായി ചിന്തിക്കുന്നതിനും ഊർജ്ജം വേണം.

....നമ്മുടെ വിദൂരപൂർവ്വികരുടെ ജീവിതം വളരെ ക്ലേശകരമായിരുന്നു. ദുർഗ്രഹവും പ്രതികൂലവുമായ ഒരു ലോകമായിരുന്നു അവർക്കുചുറ്റും. പ്രകൃതിക്ഷോഭവും ക്ഷാമവും ശൈത്യവും വന്യമൃഗങ്ങളും ഓരോ കാൽവയ്പിലും അവരെ ഭീഷണിപ്പെടുത്തിയിരുന്നു. പ്രബലമായ ഈ ശത്രുക്കളോട് പൊരുതാൻ പുരാതന മനുഷ്യന് അവന്റെ സ്വന്തം ശക്തി മാത്രമായിരുന്നു ആശ്രയം.

കൈചുറുക്കോ കാലുകളുടെ വേഗതയോ മാത്രമായിരുന്നില്ല മനുഷ്യനെ ഈ സമരത്തിൽ സഹായിച്ചത്. ഹിംസ്രജന്തുക്കൾക്കും വേഗം ഓടാൻ കഴിയും. കൂർമ്മതയും ഗ്രഹണശക്തിയുമുള്ള മനസ്സായിരുന്നു മനുഷ്യന്റെ പ്രധാന ആയുധം.

....ഇടിവെട്ടേറ്റ് ഒരു മരം ആളിക്കത്തുന്നു. അതിൽനിന്നുള്ള തീപ്പൊരികൾ പറന്ന് അടുത്തുള്ള മറ്റൊരു മരത്തിൽ തട്ടുന്നു. അങ്ങിനെ അതിനും തീപിടിക്കുന്നു. പിന്നീട് ഒരു കുറ്റിച്ചെടിയിലേക്കും അതിൽനിന്ന് കോരപ്പുല്ലിലേക്കും അതു പടർന്നു കയറുന്നു. കാട്ടുതീ ഉണ്ടാകുന്നത് ഇങ്ങനെയാണ്. മൃഗങ്ങൾ അതുകണ്ട് ഭയവിഹ്വലരായി പ്രാണരക്ഷാർത്ഥം നാലുപാടും ഓടുന്നു. പക്ഷികൾ രക്ഷപ്പെടാനായി ആകാശത്തിൽ ഉയർന്നു പറക്കുന്നു. മൃഗത്തോൽ ധരിച്ച ദൃഢകായരായ ഒരു ചെറിയ സംഘം മനുഷ്യർ മാത്രം കാടിന്റെ വക്കിൽ നിൽക്കുന്നുണ്ട്. തീയുടെ അടുത്തുനിന്ന് അകന്നു നിൽക്കാൻ

ഭയം അവരെ പ്രേരിപ്പിക്കുന്നുണ്ടെങ്കിലും, ഈ തീ താമസിയാതെ കെട്ടടങ്ങുമെന്ന് അവർക്കറിയാം. തീകത്തിയ സ്ഥലങ്ങളിലെല്ലാം കനകനിറമാർന്ന് കരിക്കട്ടകൾ ധാരാളം കൂടിക്കിടക്കുമെന്നും, വരാൻ പോകുന്ന തണുത്ത രാത്രിയിൽ അവ ചൂട്ട പകരുമെന്നും അവർക്കറിയാം. ചാമ്പലിന്റെ അട്ടിക്കടിയിൽ വെന്ത് പതം വന്ന വേരുകളുണ്ടായിരിക്കുകയും ചെയ്യും.

തീപിടിച്ചിടത്ത് അവശേഷിക്കുന്ന കനലുകൾ കുറെ എടുത്തുകൊണ്ടുപോയി അവയുടെ മീതെ ആരോ ഒരാൾ ഒരു പിടി ഉണങ്ങിയ പുല്ലിട്ടു. അതായിരുന്നു മനുഷ്യനുണ്ടാക്കിയ ആദ്യത്തെ തീക്കുണ്ഡം. തീയെ മെരുക്കിയെടുത്തതോടെ മനുഷ്യൻ ഭൂമുഖത്തുള്ള മറ്റെല്ലാ ജന്തുക്കളെക്കാളും ശക്തനായിത്തീർന്നു.

അതെങ്ങിനെ സംഭവിച്ചു? അവന് ഇപ്പോൾ ഊർജ്ജത്തിന്റെ ഒരു പുതിയ ഉറവിടം കൈവശമുണ്ട് എന്നതാണ് അതിനു കാരണം. വിശപ്പിനും ഇരുട്ടിനും വന്യമൃഗങ്ങൾക്കും എതിരായുള്ള പോരാട്ടത്തിൽ അതു ശക്തമായ ഒരായുധമാണ്.

ഊർജ്ജം എന്താണ്?

ഒരു കാര്യം ഞാൻ തുടക്കത്തിലേ പറയാം: ഊർജ്ജം ആരും കണ്ടിട്ടില്ല. നിറമോ രുചിയോ മണമോ അതിനില്ല. ഒരു ഇഷ്ടിക തൊട്ടുനോക്കാം. എന്നാൽ ഊർജ്ജം തൊടാൻ കഴിയുകയില്ല. ഊർജ്ജത്തെ "കാണാൻ" ഒരേ ഒരു മാർഗ്ഗമേയുള്ളൂ. അത് പ്രവൃത്തി യെടുക്കുമ്പോൾ മാത്രം.

ഈ അദൃശ്യശക്തിയെക്കുറിച്ചുള്ള മിക്കവാറും എല്ലാ രഹസ്യങ്ങളും ഇപ്പോൾ നമുക്കറിയാം.

"വെറും ഊർജ്ജം" എന്നൊന്ന് വാസ്തവത്തിൽ ഇല്ല. അഞ്ചു തരത്തിൽപ്പെട്ട ഊർജ്ജമാണുള്ളത്. രാസ-ഊർജ്ജം, താപീയ -ഊർജ്ജം, യാന്ത്രിക- ഊർജ്ജം. വൈദ്യുത-ഊർജ്ജം, അണു -ഊർജ്ജം, അഥവാ അണുകേന്ദ്ര-ഊർജ്ജം.

അവയുടെ "സ്വഭാവവും ഗുണഗണങ്ങളും" വിശദമായി വിവ രിക്കാൻ ഞങ്ങൾ ഇപ്പോൾ മുതിരുന്നില്ല. പടിപടിയായി നമുക്ക് ഓരോന്നും ചർച്ചചെയ്യാം. ഈ പുസ്തകത്തിന്റെ ഉദ്ദേശ്യം അതാണ്.

ആദ്യമായി അവയുടെ പ്രധാന സവിശേഷതകളെപ്പറ്റിയും കഴി വുകളെപ്പറ്റിയും അല്പം പറയാം.

അവയുടെ പ്രഥമവും ഏറ്റവും പ്രധാനവുമായ സവിശേഷതയെന്തെ ന്ന് നാം കണ്ടുകഴിഞ്ഞു. ഏതു രൂപത്തിലുള്ള ഊർജ്ജത്തിനും "പ്രവൃ ത്തിയെടുക്കാൻ" കഴിയും. "പ്രവൃത്തി" എന്ന ലളിതമായ പേരിലാണ് ഊർജ്ജം പഴയകാലത്ത് അറിയപ്പെട്ടിരുന്നത്.

ഊർജ്ജത്തിന്റെ രണ്ടാമത്തെ ലക്ഷണം തികച്ചും അത്ഭുതക രമായ ഒന്നാണ്. ഒരു രൂപത്തിലുള്ള ഊർജ്ജത്തെ മറ്റൊരു രൂപ ത്തിലുള്ള ഊർജ്ജമായി മാറ്റാം എന്നതാണ് ആ സവിശേഷത. രാസ-ഊർജ്ജം താപീയ-ഊർജ്ജമായി മാറ്റാം, താപീയ-ഊർജ്ജം യാന്ത്രിക –ഊർജ്ജമായി മാറ്റാം...

ഈ അത്ഭുതകരമായ സവിശേഷതയെ മനുഷ്യർ ഉപയോഗപ്പെടുത്തിത്തുടങ്ങിയിട്ട് കാലം വളരെയായി. ഒരു രൂപത്തിലുള്ള ഊർജ്ജത്തെ മറ്റൊരു രൂപത്തിലുള്ള ഊർജ്ജമായി മാറ്റാൻ കഴിയുന്ന വിവിധ യന്ത്രങ്ങൾ അവർ ഡിസൈൻ ചെയ്യുകയും നിർമ്മിക്കുകയും ചെയ്തിട്ടുണ്ട്. ആവശ്യമുള്ള "രൂപാന്തരണം" നിർവ്വഹിക്കാൻ പലപ്പോഴും ഒന്നിലധികം യന്ത്രങ്ങൾ വേണ്ടിവരുന്നു. ഒരു "റിലേ" ശൃംഖലപോലെ ജോലി ചെയ്യാൻ കഴിവുള്ള യന്ത്രങ്ങൾ മനുഷ്യർ ഉണ്ടാക്കിയിട്ടുണ്ട്. റിലേ ഓട്ടത്തിൽ ദണ്ഡ് കൈ മാറുന്നതുപോലെ ഈ യന്ത്രങ്ങൾ ഊർജ്ജം ഒന്നിൽ നിന്ന് മറ്റൊന്നിലേക്കു പകരുന്നു. എന്നാൽ ഒരു വ്യത്യാസമുണ്ട്. "റിലേ ഓട്ടത്തിൽ ഓട്ടക്കാർ മാത്രമേ മാറുന്നുള്ളൂ ദണ്ഡ് ഒന്നുതന്നെയാണ്." നമ്മുടെ "റിലേ ഓട്ടത്തിൽ" ഓട്ടക്കാർ (യന്ത്രങ്ങൾ) മാത്രമല്ല ദണ്ഡും (ഊർജ്ജം) മാറുന്നു. ഓരോ യന്ത്രവും തന്റെ മുൻഗാമിയിൽനിന്ന് ഒരു രൂപത്തിലുള്ള ഊർജ്ജം ഏറ്റുവാങ്ങുകയും അത് മറ്റൊരു രൂപത്തിൽ തന്റെ പിൻഗാമിയെ ഏൽപ്പിക്കുകയുമാണ് ചെയ്യുന്നത്.

അത്തരത്തിലുള്ള അനേകം ശൃംഖലകൾ ഭൂമിയിലുണ്ട്: വൈദ്യുതനിലയങ്ങളിലും കപ്പലുകളിലും മറ്റു പലയിടങ്ങളിലും അവ പണിയെടുക്കുന്നു.

മിക്കവാറും എല്ലാ രൂപങ്ങളിലുമുള്ള ഊർജ്ജവും മനുഷ്യർ യാന്ത്രിക -ഊർജ്ജമായി മാറ്റുന്നു, കാരണം നമുക്ക് ഏറ്റവും കൂടുതൽ ആവശ്യമുള്ളത് ആ രൂപത്തിലുള്ള ഊർജ്ജമാണ്. ട്രെയിനുകൾ ഓടാനും വിമാനങ്ങൾ പറക്കാനും ഷർട്ട് തയ്ക്കാനും കാറുകളും മണ്ണുമാന്തികളും ഉണ്ടാക്കാനും അതു നമ്മെ സഹായിക്കുന്നു. നമ്മുടെ ഹൃദയം നൽകുന്ന യാന്ത്രിക-ഊർജ്ജമാണ് രക്തധമനികളിലൂടെ രക്തത്തെ പ്രവഹിപ്പിക്കുന്നത്. നമ്മുടെ മാംസപേശികളുടെ ഊർജ്ജമാണ് ചലിക്കാനും എഴുതാനും പ്രവൃത്തിയെടുക്കാനും നമ്മെ പ്രാപ്തരാക്കുന്നത്.

ശരി, ഇനി അടുത്ത പടിയിലേക്കു കടക്കാം. ഒരു യന്ത്രത്തിന്റെ ഭാഗം ഉണ്ടാക്കപ്പെട്ടു, അല്ലെങ്കിൽ ഒരു ഷർട്ട് തയ്ക്കപ്പെട്ടു. എന്നാൽ അതിനു നമ്മെ സഹായിച്ച ഊർജ്ജം എവിടെ പോയി? അതിന് എന്തു സംഭവിച്ചു? അത് യന്ത്രത്തിന്റെ ഭാഗമോ ഷർട്ടോ അല്ലെങ്കിൽ മറ്റെന്തെങ്കിലുമോ ആയിത്തീർന്നോ? ഇല്ല, അത് ഇതിൽ ഒന്നും ആയിത്തീർന്നിട്ടില്ല.

നമ്മൾ എന്തൊക്കെ ചെയ്താലും ഊർജ്ജം എപ്പോഴും ഊർജ്ജം തന്നെയായിരിക്കും, ഒരു രൂപത്തിലുള്ള ഊർജ്ജം മറ്റൊരു രൂപത്തിലുള്ള ഊർജ്ജമായി മാറുക മാത്രമേ ചെയ്യുകയുള്ളൂ.

ഉരുക്ക് പതപ്പെടുത്തിയും ചരക്ക് കയറ്റിയിറക്കിയും ടെലിവിഷൻ പരിപാടി കാണിച്ചും മനുഷ്യനു വേണ്ടി സേവനമനുഷ്ഠിക്കുന്ന ഊർജ്ജം ഉടൻതന്നെ ചൂടായി മാറുന്നു- അതായത് താപീയ-ഊർജ്ജമായിത്തീരുന്നു.

ഒരു ഉദാഹരണം പരിശോധിക്കാം. പിന്നിലുള്ള ബോഗികളുടെ ഒരു നീണ്ട ശൃംഖലയെ വലിച്ചുകൊണ്ട് ഒരു തീവണ്ടി എഞ്ചിൻ ഓടുന്നു. അത് മുമ്പോട്ടു പായുമ്പോൾ എതിർവശത്തുനിന്നു വായു അതിൽ നേരെ വന്നു തട്ടിക്കൊണ്ടിരിക്കുന്നു. വായു അതിന്റെ ഓരോ പടിയിലും വാഗണുകളുടെ വശങ്ങളിലും മേൽക്കൂരയിലും തട്ടി ഘർഷണം സൃഷ്ടിക്കുന്നു. അത് ട്രെയിനിന്റെ ചലനത്തെ തടസ്സപ്പെടുത്തുന്നു. പാളങ്ങളിലൂടെ ഉരുളുന്ന ചക്രങ്ങൾ വാഗണുകളുടെ അടിയിൽ മുട്ടിക്കൊണ്ടിരിക്കുന്നു. അതും ഘർഷണം ഉണ്ടാക്കുന്നു. ട്രെയിനിന്റെ ഊർജ്ജം ഏതാണ്ട് മുഴുവൻ തന്നെ ഈ ഘർഷണത്തിൽ നഷ്ടമാകുന്നു.

എന്നാൽ ഘർഷണം കൊണ്ട് എല്ലാ വസ്തുക്കളും ചൂടാകുന്നു. അതു തെളിയിക്കാൻ ഒരു പ്രയാസവുമില്ല. കൈപ്പടങ്ങൾ കൂട്ടി തിരുമ്മിനോക്കൂ. ഉടൻ തന്നെ നിങ്ങൾക്ക് ചൂട് അനുഭവപ്പെടും.

ശരി, അപ്പോൾ ട്രെയിൻ ഓടുമ്പോൾ പാളങ്ങളും വായുവും ചൂടുപിടിക്കുമെന്നല്ലേ അതിന്റെ അർത്ഥം? അതെ. ഈ ചൂട് പിന്നീട് അന്തരീക്ഷത്തിലേക്കും അവിടെനിന്ന് ബഹിരാകാശത്തിലേക്കും കടക്കുന്നു.

കാറിന്റെ കാര്യത്തിലും ഇതുതന്നെയാണ് സംഭവിക്കുന്നത്. വളരെ നേരം ഓടിക്കൊണ്ടിരുന്ന ഒരു കാറിന്റെ വീലുകളിൽ ഒന്നു തൊട്ടുനോക്കൂ. അവയ്ക്ക് എന്തൊരു ചൂടായിരിക്കുമെന്നോ!

അപ്പോൾ സംഭവിക്കുന്നത് എന്താണ്? ഭൂമി ബഹിരാകാശത്തെ "ചൂടാക്കുക"യാണോ ചെയ്യുന്നത്? അതെ. എന്നാൽ ബഹിരാകാശം ഭൂമിയിൽനിന്ന് ഊർജ്ജം എടുക്കുക മാത്രമല്ല ചെയ്യുന്നത്. അത് സ്വന്തം സൗരോർജ്ജം ഭൂമിക്കു തരുന്നുമുണ്ട്. അങ്ങിനെ ലഭിക്കുന്ന ഊർജ്ജം ചെടികളിൽ സംഭരിക്കപ്പെട്ട് രാസ-ഊർജ്ജമായി മാറ്റപ്പെടുന്നു. ചെടികൾ നശ്വരങ്ങളാണ്. അവ ഇന്നല്ലെങ്കിൽ നാളെ

മരിക്കുന്നു. അവയുടെ അവശിഷ്ടം വാതകവും എണ്ണയും കൽക്കരിയും പീറ്റുമായി മാറുന്നു.

ഇപ്പോൾ ഭൂമിയിൽ ഊർജ്ജത്തിന്റെ മുഖ്യസ്രോതസ്സ് ഇന്ധനമാണ്. തൽക്കാലം അതാണ് ഊർജ്ജത്തിന്റെ മുഖ്യ സ്രോതസ്സ് എന്ന് പറയുന്നതായിരിക്കും കൂടുതൽ ശരി.

ഇന്ധനം കത്തിച്ചാണ് നമുക്കാവശ്യമുള്ള ഊർജ്ജം ഏതാണ്ട് മുഴുവൻ തന്നെ നാം എടുക്കുന്നത്. വൈദ്യുതനിലയങ്ങളിലെ ബോയിലറുകളിലും, മോട്ടോർ വാഹനങ്ങൾ, കപ്പലുകൾ, വിമാനങ്ങൾ മുതലായവയുടെ എഞ്ചിനുകളിലും ചൂളകളിലും റോക്കറ്റുകളിലുമായി പ്രതിവർഷം എരിയുന്ന ഊർജ്ജം കരിങ്കടലിലെ വെള്ളം മുഴുവൻ തിളപ്പിക്കാൻ വേണ്ടത്ര താപം ഉല്പാദിപ്പിക്കുന്നുണ്ട്.

താപം നമുക്കുവേണ്ടി എങ്ങിനെ പ്രവൃത്തിയെടുക്കുന്നു?

പണ്ടൊരിക്കൽ ഒരു ബാലൻ ഒരു തീക്കുണ്ഡത്തിനടുത്തിരിക്കുകയായിരുന്നു. തീയുടെ മുകളിൽ അടപ്പുള്ള ഒരു പാത്രം കെട്ടിത്തൂക്കിയിട്ടിരുന്നു. അതിൽ സൂപ്പ് തിളയ്ക്കാൻ വച്ചിട്ടുണ്ട്. വെള്ളം തിളച്ചു മറിഞ്ഞ് അടപ്പിനടിയിൽനിന്ന് ആവി പുറത്തേക്ക് പ്രവഹിച്ചുതുടങ്ങിയപ്പോൾ അടപ്പ് കിടുകിടശബ്ദമുയർത്തിക്കൊണ്ട് പൊങ്ങുകയും താഴുകയും ചെയ്തുതുടങ്ങി.

"ഈ അടപ്പ് ഇങ്ങനെ ചാടുന്നതെന്തുകൊണ്ടാണ്?" ബാലൻ അത്ഭുതപ്പെട്ടു. അവൻ ഒരു തുണി എടുത്ത്അടപ്പ് അമർത്തി പിടിക്കാൻ ശ്രമിച്ചു. എന്നാൽ അവന് അതു കഴിഞ്ഞില്ല. അജ്ഞാതമായ ഒരു ശക്തി അതിനെ മുകളിലേക്കു തള്ളിക്കൊണ്ടിരുന്നു. ആ ബാലന്റെ പേർ ജെയിംസ് വാട്ട് എന്നായിരുന്നു.

ആദി കാലം മുതല്ക്കേ മനുഷ്യർ വെള്ളം തിളപ്പിച്ചിട്ടുണ്ട്. സൂപ്പും ഇറച്ചിയും കിഴങ്ങുകളും മലക്കറികളും ആളുകൾ പാത്രത്തിലിട്ടാണ് വേവിക്കുന്നത്. വെള്ളം വേഗം തിളയ്ക്കാൻ വേണ്ടി ആ പാത്രങ്ങൾ എപ്പോഴും അടച്ചു വയ്ക്കാറുമുണ്ട്.

ഒരു പാത്രത്തിലെ വെള്ളം തിളയ്ക്കുമ്പോൾ അത് ആവിയായിത്തീരുന്നു. പാത്രം നല്ല ഒരടപ്പുകൊണ്ട് മുറുക്കി അടച്ചിട്ടുണ്ടെങ്കിൽ കൂടുതൽ കൂടുതൽ ആവി അടപ്പിനടിയിൽ തങ്ങിനില്ക്കും. ആ ആവി എല്ലാ ദിശകളിലേക്കും തള്ളിക്കൊണ്ട് വെള്ളത്തിലും പാത്രത്തിന്റെ വശങ്ങളിലും ഒടുവിൽ അടപ്പിലും മർദ്ദം സൃഷ്ടിക്കുന്നു. അതു പുറത്തു കടക്കാൻ മാർഗ്ഗം ആരായുകയാണ്. ഒടുവിൽ അത് അടപ്പ് മേല്പോട്ടുയർത്തി പുറത്തേക്കു പ്രവഹിക്കുന്നു. അതിനുശേഷം അടപ്പ് ശബ്ദത്തോടെ അടയുന്നു. പുറത്തേക്കു കടക്കാൻ മാർഗ്ഗമില്ലാതെ വീണ്ടും ആവി അടപ്പിനടിയിൽ സംഭരിക്കപ്പെടുന്നു. വീണ്ടും അത് അടപ്പപൊക്കി പുറത്തു കടക്കാൻ ശ്രമിക്കുന്നു. അടുക്കളയിൽ വച്ച് ഇതു നിങ്ങൾ പല

തവണ കണ്ടിട്ടുണ്ടാവണം. ജെയിംസ് വാട്ട് ഇരുനൂറു വർഷങ്ങൾക്കു മുമ്പു കണ്ടത് ഇതേ കാര്യമാണ്.

ഒരു കല്ലെടുക്കാനും ഒരു തൊട്ടി വെള്ളം പൊക്കിയെടുക്കാനും മാത്രമല്ല ഒരു അടപ്പ് പൊക്കാൻ പോലും ബലം ആവശ്യമാണ്. അടപ്പ് പൊക്കുന്ന ആവിക്ക് ബലമുണ്ടെന്ന് അതിൽ നിന്ന് അനുമാനിക്കാം. അക്കാര്യം ശാസ്ത്രജ്ഞന്മാർക്ക് മുമ്പുതന്നെ അറിയാമായിരുന്നു. വാട്ട് ജനിക്കുന്നതിന് നൂറു വർഷങ്ങൾക്കു മുമ്പുതന്നെ തോമസ് ന്യൂകൊമെൻ, തോമസ് സവേരി എന്നീ രണ്ട് ഇംഗ്ലീഷ് മെക്കാനിക്കുകൾ ആവിയുടെ ബലം ഉപയോഗിച്ചു പ്രവർത്തിക്കുന്ന യന്ത്രങ്ങൾ ഉണ്ടാക്കി. ആവിയന്ത്രങ്ങൾ കൽക്കരി ഖനികളിൽനിന്ന് വെള്ളം പമ്പുചെയ്തു കളയുകയും കൽക്കരി നിറച്ച വണ്ടികൾ വലിച്ചുകൊണ്ടുപോവുകയും ഭാരം ഉയർത്തുകയും ചെയ്തിരുന്നു. എന്നാൽ അവയെല്ലാം ശക്തികുറഞ്ഞവയും ഒതുക്കമില്ലാത്തവയുമായിരുന്നു. "ഭയങ്കരവിശപ്പും" അവയുടെ പോരായ്മയായിരുന്നു. ഒരു കുന്ന് കൽക്കരി "തിന്നുകയും" ടൺകണക്കിന് വെള്ളം "കുടിക്കുകയും" ചെയ്താലേ അവയിൽ ഒന്ന് ഒരു ദിവസം പ്രവർത്തിക്കയുള്ളൂ. അവയുടെ പ്രവർത്തനം കൊണ്ടുണ്ടായ പ്രയോജനം താരതമ്യേന കുറവായിരുന്നു.

പതിനാറു വയസ്സായപ്പോൾ ജെയിംസ് വാട്ട് പമ്പുകളും ആവിയന്ത്രങ്ങളും തറികളും റിപ്പയർ ചെയ്യുന്ന ഒരു വർക്ക്ഷോപ്പിൽ ജോലിക്കു ചേർന്നു. ആ ബാലൻ ഒരു ഒന്നാന്തരം മെക്കാനിക്കായിത്തീർന്നു. പില്ക്കാലത്ത് അത്ഭുതകരമായ ഒരു ആവിയന്ത്രം കണ്ടുപിടിച്ചത് ആ ബാലനാണ്.

മൂന്ന് അടപ്പുകളുള്ള ഒരു "ചട്ടി" പോലെയായിരുന്നു ആ എഞ്ചിൻ, ആദ്യത്തെ രണ്ട് അടപ്പുകളും തുറന്നുപോകാത്തവണ്ണം ഭദ്രമായി ഉറപ്പിച്ചിരിക്കയാണ്. ഏറ്റവും ഉള്ളിലുള്ള മൂന്നാമത്തെ അടപ്പ് ഒരു പിസ്റ്റൺ ആണ്. അതിനു ചലന സ്വാതന്ത്ര്യം ഉണ്ട്. "ചട്ടി"യെന്ന് നാം വിശേഷിപ്പിച്ച സിലിണ്ടറിൽ പിസ്റ്റന്റെ അടിയിലോ മുകളിലോ ഉള്ള ദ്വാരത്തിലൂടെ മാറി മാറി അകത്തേക്കു കടക്കുന്ന ആവി പിസ്റ്റണെ മേലോട്ടും കീഴോട്ടും മാറിമാറി തള്ളുന്നു. ആ പിസ്റ്റൺ ഒരു പമ്പിലോ ലെയിത്തിലോ ഘടിപ്പിച്ചിരിക്കുന്നു. പിസ്റ്റൺ ചലിക്കുമ്പോൾ പമ്പ് ജോലി ചെയ്തുതുടങ്ങും. ലെയിത്ത് തിരിഞ്ഞുതുടങ്ങും.

പ്രത്യേകം തയ്യാറാക്കപ്പെട്ട ഒരു ആവിബോയിലറിൽ വെള്ളം

തിളപ്പിച്ച് അതിൽ നിന്നുണ്ടാകുന്ന ആവി ഒരു പൈപ്പ് വഴി എഞ്ചിനിലേക്കു കടത്തിവിടുകയാണു ചെയ്യുന്നത്.

വാട്ടിന്റെ എഞ്ചിൻ മറ്റേതൊരു എഞ്ചിനേക്കാളും മെച്ചമായിരുന്നു. അത് കുറച്ച് കൽക്കരിയും വെള്ളവും ഉപയോഗിച്ച് കൂടുതൽ വേഗത്തിലും കൂടുതൽ കാര്യക്ഷമതയോടെയും പ്രവർത്തിച്ചു.

വാട്ടിന്റെ എഞ്ചിൻ "ആവിയുഗത്തിന്റെ" തുടക്കം കുറിച്ചു. ഫാക്ടറികളിലെ പുകക്കുഴലുകൾ പുകയുയർത്തിത്തുടങ്ങി. ആവിബോട്ടുകൾ പുഴകളിലും കടലുകളിലും നീന്തിത്തുടങ്ങി. ഇപ്പോൾ അവയ്ക്ക് കാറ്റിനെ ആശ്രയിക്കേണ്ടതില്ല. ആവി-എഞ്ചിൻ വന്നതോടെ കപ്പൽപ്പാകളില്ലാതെ കപ്പലുകൾക്ക് എവിടെയും സഞ്ചരിക്കാം.

ആവി-എഞ്ചിൻ വലിച്ചുകൊണ്ടുപോകുന്ന തീവണ്ടികൾ പാളങ്ങളിലൂടെ ആദ്യമായി ഓടിത്തുടങ്ങി. നൂറു കുതിരകൾ ഒരുമിച്ച് വലിച്ചുകൊണ്ടുപോകുന്നതിനേക്കാൾ വളരെ കൂടുതൽ ചുമട് അവയ്ക്ക് കൊണ്ടുപോകാൻ കഴിഞ്ഞു. പിന്നീട് ആവികൊണ്ട് ഓടുന്ന വണ്ടികൾ കണ്ടുപിടിക്കപ്പെട്ടു. ലോകം ആകെ മാറി.

എന്നാൽ അത് പെട്ടെന്ന് സംഭവിക്കുകയല്ല ചെയ്തത്. എത്ര പ്രബലമായ ഒരു ശക്തിയാണ് തങ്ങളുടെ കൈവശം ഇപ്പോൾ ഉള്ളതെന്ന് ഏറ്റവും വലിയ പ്രതിഭാശാലികൾപോലും ഉടനടി മനസ്സിലാക്കിയില്ല.

ലളിതമായി വസ്ത്രധാരണം ചെയ്ത ഒരു യുവാവ് ഒരിക്കൽ നെപ്പോളിയനെ മുഖം കാണിക്കാൻ എത്തി. അസാധാരണമായ ഒരു കപ്പലിന്റെ രൂപരേഖ വരച്ച കടലാസ് അയാൾ നെപ്പോളിയനെ കാണിച്ചു. ആ കപ്പലിന് കപ്പൽപ്പാകളോ ഉയർന്നു നിൽക്കുന്ന പാമരങ്ങളോ ഉണ്ടായിരുന്നില്ല. മദ്ധ്യത്തിലായി ഉയർന്നു നില്ക്കുന്ന വണ്ണം കുറഞ്ഞ ഒരു നീണ്ട കുഴൽ മാത്രം അതിൽ ഉണ്ടായിരുന്നു. ആ പുകക്കുഴലിലൂടെ കാർമേഘംപോലെ ആവി പുറത്തേക്കു പ്രവഹിച്ചുകൊണ്ടിരുന്നു. കപ്പലിന്റെ പാർശ്വങ്ങളിൽ കൂറ്റൻ ചക്രങ്ങൾ ഘടിപ്പിച്ചിരുന്നു. അക്കാലത്ത് കപ്പലുകളെപ്പറ്റി ആളുകൾക്കുണ്ടായിരുന്ന ധാരണ വച്ചു നോക്കിയാൽ വൈരൂപ്യത്തിന്റെ പര്യായമായിരുന്നു ആ കപ്പലെന്നു പറയാം. നെപ്പോളിയൻ അതിന്റെ ജനയിതാവിനെ വാ തുറക്കാൻ പോലും അനുവദിക്കാതെ ഉടൻതന്നെ അവിടുന്നോടിച്ചു. പന്ത്രണ്ടു വർഷങ്ങൾ കഴിഞ്ഞ് സെന്റ് ഹെലേൻ ദ്വീപിലേക്ക് നാടുകടത്തപ്പെട്ട ആ ഫ്രഞ്ച് ചക്രവർത്തി അങ്ങോട്ടുള്ള യാത്രാമദ്ധ്യേ തന്റെ നൗകയുടെ

വലത്തുവശത്തായി ഒരു കപ്പൽ പ്രത്യക്ഷപ്പെടുന്നതു കണ്ടു.

ആ കപ്പൽ ഏതായിരുന്നെന്നോ? ഉയർന്ന പുകക്കുഴലും ചുറ്റൻ ചക്രങ്ങളുമുള്ള അതേ കപ്പൽ! നെപ്പോളിയന്റെ ബദ്ധശത്രുവായിരുന്ന ഇംഗ്ലണ്ടിന്റെ പതാക ആ കപ്പലിൽ അന്തസ്സോടെ പാറിപ്പറന്നുകൊണ്ടിരുന്നു. ആ കപ്പൽ കണ്ടുപിടിച്ച ഫുൾടോൺ നെപ്പോളിയന്റെ അടുത്തുനിന്ന് നേരെ പോയത് ഇംഗ്ലണ്ടിലേക്കായിരുന്നു. അവിടെ അദ്ദേഹത്തിന്റെ കണ്ടുപിടുത്തത്തിന് തൽക്ഷണം തന്നെ അർഹമായ അംഗീകാരം ലഭിച്ചു.

റഷ്യയിൽ ആവി- എഞ്ചിൻ ഉണ്ടാക്കിയത് പ്രമുഖരായ രണ്ട് മെക്കാനിക്കുകളായിരുന്നു- യെഫീം ചെരെപ്പാനൊവും അദ്ദേഹത്തിന്റെ പുത്രൻ മിറേനും. അവരുടെ എഞ്ചിനുകൾ അയിർ പാടങ്ങളിലും ചെറിയ ഫാക്ടറികളിലും പ്രവർത്തിച്ചു. ആവി-എഞ്ചിനോടുകൂടിയ തീവണ്ടി ഓടുന്ന റഷ്യയിലെ ആദ്യത്തെ റെയിൽപ്പാളം 1834-ൽ ഉറാൻ പ്രദേശത്ത് നിർമ്മിക്കപ്പെട്ടു.

ഒരു നൂറ്റാണ്ടു കാലത്തോളം വാട്ടിന്റെ എഞ്ചിനെ അതിശയിക്കാൻ കഴിയുന്ന മറ്റൊരു എഞ്ചിനും ഉണ്ടായിരുന്നില്ല. പിന്നീട് ഒരു ദിവസം താഴെ പറയുന്ന സംഭവം ഉണ്ടായി.

ഇംഗ്ലണ്ടിൽ ഒരു സമുദ്രപരേഡ് സംഘടിപ്പിക്കപ്പെട്ടു. അനേകം കപ്പലുകൾ അണിനിരന്നു. അവയിലെ ജോലിക്കാർ കപ്പൽത്തട്ടിൽ കയറി നിന്നു. പെട്ടെന്ന് ക്ഷണിക്കപ്പെടാതെ കടന്നുവന്ന ഒരു ചെറുനൗക മുമ്പിൽ പ്രത്യക്ഷപ്പെട്ടു. ആ ചെറു നൗകയെ പിൻതുടർന്ന് തുറമുഖത്തേക്ക് ആട്ടിയോടിക്കാൻ അഡ്മിറാൽ കല്പന കൊടുത്തു. അതിവേഗം സഞ്ചരിക്കുന്ന കപ്പലിലൊന്ന് അതിനായി പുറപ്പെട്ടു. എന്നാൽ തികച്ചും അപ്രതീക്ഷിതമായ ഒന്നാണ് സംഭവിച്ചത്. ആ ചെറുനൗകയോടൊപ്പം എത്താൻ കപ്പലിന് കഴിഞ്ഞില്ല. ചെറുനൗക അത്ര വേഗമാണ് സഞ്ചരിച്ചത്!

ചാറൾസ് പാർസൺസ് എന്നു പേരുള്ള ഒരാളായിരുന്നു ആ ചെറുനൗകയുടെ കപ്പിത്താൻ. അദ്ദേഹം അതിൽ ഒരു പുതിയ എഞ്ചിൻ ഘടിപ്പിച്ചിരുന്നു. ഒരു ആവി-ടർബൈൻ ആയിരുന്നു അത്.

ഒരു ആവി- എഞ്ചിന് പമ്പിനോടാണ് സാമ്യം. അതു താഴോട്ടും മേലോട്ടും ചലിച്ചുകൊണ്ടിരിക്കുന്നു. എന്നാൽ ഒരു ടർബൈൻ ദലങ്ങളാൽ ചുറ്റപ്പെട്ട ഒരു പമ്പരം പോലെയാണ്. "ടർബോ" എന്ന

ലാറ്റിൻ വാക്കിന്റെ അർഥം പമ്പരം എന്നാണ്. ഒരു നാസാഗ്രത്തിൽ അവസാനിക്കുന്ന പൈപ്പിലൂടെ ആവി കടന്നു വന്ന് ദലങ്ങളിൽ തട്ടിക്കൊണ്ടിരിക്കുകയും ടർബൈൻ കറങ്ങുകയും ചെയ്യുന്നു.

പാർസൺസ് തന്റെ "പമ്പരം" വശം അടിയിലാക്കി വയ്ക്കുകയും ടർബൈന്റെ ഷാഫ്റ്റിൽ ഒരു സ്ക്രൂ പ്രോപല്ലർ ഘടിപ്പിക്കുകയും ചെയ്തു. ടർബൈൻ തിരിയുമ്പോൾ സ്ക്രൂ പ്രോപല്ലറും തിരിയും, നൗക വളരെ വേഗം മുമ്പോട്ടു പോവുകയും ചെയ്യും.

ഇപ്പോൾ കപ്പലുകളിൽ മാത്രമല്ല ടർബൈനുകൾ പ്രവർത്തിക്കുന്നത് താപം വൈദ്യുതിയായി മാറ്റപ്പെടുന്ന വൈദ്യുതനിലയങ്ങളിലാണ് അവ ഇപ്പോൾ ഏറ്റവും പ്രധാനപ്പെട്ട പങ്കുവഹിക്കുന്നത്.

ഒരു നൂറ്റാണ്ടിനു മുമ്പ് മറ്റൊരു പുതിയ എഞ്ചിനും പ്രത്യക്ഷപ്പെട്ടു. അതും ആവശ്യമായ ഊർജ്ജം ഇന്ധനത്തിൽ നിന്നുതന്നെയാണ് എടുക്കുന്നത്. എന്നാൽ ഈ ഇന്ധനം എരിയുന്നത് എഞ്ചിന്റെ ഉള്ളിൽ തന്നെയാണ്. ആവിബോയിലറിന്റെ ഫർണസിൽ അല്ല. അതിനാൽ ഈ എഞ്ചിനെ അന്തർദഹന-എഞ്ചിൻ എന്നു വിളിക്കുന്നു.

ഈ എഞ്ചിന് ആവി-എഞ്ചിനെപ്പോലെ സിലിണ്ടറും പിസ്റ്റണും ഉണ്ട്. എന്നാൽ ഇതിന് ആവിയോ ബോയിലറോ ആവി കടന്നുവരാനുള്ള കട്ടിയുള്ള പൈപ്പോ ആവശ്യമില്ല. ഈ എഞ്ചിന്റെ പ്രവർത്തനം താഴെ പറയുന്ന രീതിയിലാണ്.

ദ്രവരൂപത്തിലുള്ള ഇന്ധനം-എണ്ണയോ പെട്രോളോ-സിലിണ്ടറിന്റെ ഉള്ളിലേക്കു കടത്തിവിടുന്നു. അതിന് അവിടെവച്ച് തീ പിടിക്കുകയും ചുട്ടുപൊള്ളുന്ന വാതകങ്ങൾ ഉണ്ടാകുകയും ചെയ്യുന്നു. ഈ ചൂടുള്ള വാതകങ്ങൾ പിസ്റ്റണിൽ മർദ്ദം ചെലുത്തുകയും അതിനെ തള്ളുകയും ചെയ്യുന്നു. പിസ്റ്റൺ ചക്രമോ സ്ക്രൂ പ്രൊപല്ലറോ ഘടിപ്പിച്ചിട്ടുള്ള ഷാഫ്റ്റിനെ തിരിക്കുന്നു.

ഈ എഞ്ചിൻ കണ്ടുപിടിച്ചത് റൂഡോൾഫ് ഡീസൽ എന്ന ജർമ്മൻ എഞ്ചിനീയറാണ്. സെന്റ് പീറ്റേഴ്സ് ബർഗിലുണ്ടായിരുന്ന "റഷ്യൻ ഡീസൽ" എന്ന ഫാക്ടറിയിലെ തൊഴിലാളികളും എഞ്ചിനീയർമാരും ചേർന്ന് ഏതാണ്ട് ഇതേ സമയത്ത് സ്വന്തമായി ഒരു എഞ്ചിൻ ഉണ്ടാക്കി. അത് കുറച്ചുകൂടി ചെറുതും ഭാരം കുറഞ്ഞതുമായിരുന്നു. എന്നാൽ അതിന്റെ ഏറ്റവും പ്രധാനപ്പെട്ട മെച്ചം അത്

വില കുറഞ്ഞ ഇന്ധനം-എണ്ണ-ഉപയോഗിച്ച് പ്രവർത്തിപ്പിക്കാം എന്നുള്ളതായിരുന്നു.

ഇപ്പോൾ അന്തർദഹന-എഞ്ചിനുകളാണ് പരിവഹനത്തിന് പ്രധാനമായും ഉപയോഗിച്ചുവരുന്നത്. ചുറ്റുപാടും ഒന്നു സൂക്ഷിച്ചു നോക്കൂ. മോട്ടോർ കപ്പലുകളും ബോട്ടുകളും കടലുകളും പുഴകളും താണ്ടുന്നു. ഡീസൽ-എഞ്ചിനുകൾ ഘടിപ്പിച്ച ട്രെയിനുകൾ പാളങ്ങളിലൂടെ പാഞ്ഞു പോകുന്നു. മോട്ടോർ വാഹനങ്ങൾ റോഡുകളിലൂടെ സദാ ഓടിക്കൊണ്ടിരിക്കുന്നു. ഹെലികോപ്റ്ററുകളും നല്ല വേഗതയുള്ള ചെറിയ വിമാനങ്ങളും ആകാശത്തിലൂടെ അങ്ങോട്ടുമിങ്ങോട്ടും പറന്നുകൊണ്ടിരിക്കുന്നു. ട്രാക്ടറുകളും കൊയ്ത്തുയന്ത്രങ്ങളും പാടങ്ങളിൽ പ്രവർത്തിക്കുന്നു. ഈ വാഹനങ്ങളെല്ലാം നീന്തുകയോ പറക്കുകയോ ഓട്ടുകയോ ചെയ്യുന്നത് ലളിതവും വിശ്വസ്തവുമായ ഈ എഞ്ചിന്റെ പ്രവർത്തനഫലമായാണ്.

ആധുനിക മോട്ടോർ വാഹനങ്ങളുടെ "പ്രപിതാമഹൻ" രണ്ടു നൂറ്റാണ്ടുകൾക്കു മുമ്പ് ഫ്രാൻസിൽ ജന്മംകൊണ്ടു. അതിൽ ഒരു ആവി-എഞ്ചിനും ബോയിലറും ഉണ്ടായിരുന്നു. ഉത്സവപ്രതീതിയുളവാക്കുന്ന അന്തരീക്ഷത്തിൽ പാരീസിലെ ഒരു തെരുവിൽ അത് ആദ്യമായി പരീക്ഷിക്കപ്പെട്ടു. പോലീസുകാർ ആൾക്കൂട്ടത്തെ തള്ളിമാറ്റിക്കൊണ്ട് കാറിന്റെ മുമ്പിൽ നടന്നു. അവർക്കു പിന്നിലായി പുകയുടേയും ആവിയുടേയും മേഘത്തിനുള്ളിൽ മറഞ്ഞിരുന്ന് ഡ്രൈവർ കാറോടിച്ചു. വെള്ളം നിറച്ച വീപ്പകളും കൽക്കരി നിറച്ച പെട്ടികളും വച്ച അനേകം കുതിരവണ്ടികൾ കാറിന്റെ പിന്നിൽ സഞ്ചരിച്ചിരുന്നു. ഓരോ പത്തു മിനിട്ടിലും ആ ഘോഷയാത്ര നിൽക്കും. ഫർണസിൽ കൽക്കരി ഇടുകയും ബോയിലറിൽ വെള്ളം നിറയ്ക്കുകയും ചെയ്തിട്ട് വീണ്ടും അവർ മുന്നോട്ടു പോകും. ആ യാത്ര അധികനേരം നീണ്ടു നിന്നില്ല. ആ കാറിനു ജന്മം കൊടുത്ത ആൾതന്നെയായിരുന്നു അതോടിച്ചിരുന്നത്. അദ്ദേഹത്തിന് സ്റ്റിയറിംഗ് വീൽ നിയന്ത്രിക്കാൻ കഴിഞ്ഞില്ല. അദ്ദേഹത്തിന്റെ കാർ ഒരു മതിലിൽ ചെന്നിടിച്ച് പൊട്ടിത്തെറിച്ചു. നിക്കൊലാ ക്യൂനോ ഉണ്ടാക്കിയ ആ കാർ റിപ്പയർ ചെയ്ത് വെടിപ്പാക്കി പാരീസിലെ ട്രാൻസ്പോർട്ട് മ്യൂസിയത്തിൽ മാന്യസ്ഥാനത്തു സൂക്ഷിച്ചിട്ടുണ്ട്.

ആദ്യത്തെ യഥാർത്ഥ മോട്ടോർ വാഹനം 1886-ൽ നിർമ്മിക്കപ്പെട്ടു. ഗോട്ട് ലിബേ ഡയ്ംലർ എന്ന ജർമ്മൻ മെക്കാനിക് തന്റെ

സ്വന്തം കൈകൊണ്ട് ഉണ്ടാക്കിയതായിരുന്നു അത്. ഒരു സാധാരണ കുതിരവണ്ടിയാണ് അദ്ദേഹം അതിന്റെ ബോഡിയായി ഉപയോഗിച്ചത്. താൻ സിസൈൻ ചെയ്ത ഒരു പെട്രോൾ-എഞ്ചിൻ അദ്ദേഹം അതിൽ ഘടിപ്പിച്ചു.

ഒരു റഷ്യൻ നേവി ഓഫീസറായ ക്യാപ്റ്റൻ മോഷായ്സ്കി ഉണ്ടാക്കിയ ആദ്യത്തെ വിമാനവും ഭാരക്കൂടുതൽ കാരണം പറക്കാൻ അശക്തമായിരുന്നു. അതിന്റെ ആവി-എഞ്ചിൻ വളരെ ഭാരിച്ചതായിരുന്നതിനാൽ അതിന് ആവേഗം സംഭരിച്ച് വായുവിലേക്ക് ഏതാനും തവണ കുതിച്ചു ചാടാൻ മാത്രമേ കഴിഞ്ഞുള്ളൂ. ഒരു ആവി-എഞ്ചിൻ ഉപയോഗിച്ച് ആർക്കും അധികദൂരം പറക്കാൻ കഴിയുകയില്ലെന്ന് മോഷായ്സ്കിക്കു മനസ്സിലായി. ഭാരം കുറഞ്ഞതും കൂടുതൽ ശക്തവുമായ ഒരു എഞ്ചിൻ അതിന് ആവശ്യമാണ്.

1902-ൽ പെട്രോൾ-എഞ്ചിനുള്ള ഒരു വിമാനം അന്തരീക്ഷത്തിലേക്കുയർന്നു. റൈറ്റ് സഹോദരന്മാരാണ് അതുണ്ടാക്കിയത്. ഓർവിൽ റൈറ്റും വിൽബർ റൈറ്റും രണ്ട് യുവ അമേരിക്കൽ മെക്കാനിക്കുകളായിരുന്നു. ആദ്യത്തെ പറക്കൽ പരാജയപ്പെടുകയാണുണ്ടായത്. ആദ്യം പറന്ന വിൽബർ വിമാനത്തിന്റെ മുൻ അഗ്രം കുത്തനെ ഉയർത്തിപ്പിടിച്ചു. അതിന്റെ വേഗം കുറയുകയും അതു തകരുകയും ചെയ്തു. ഭാഗ്യവശാൽ ആർക്കും അപകടം ഒന്നും പറ്റിയില്ല. രണ്ടാഴ്ച കഴിഞ്ഞ് ഓർവിൽ വിമാനത്തിന്റെ ചിറകിൽ കിടന്നു. വിമാനത്തെ ഇത്തവണ നിയന്ത്രിക്കാൻ അദ്ദേഹത്തിനു കഴിഞ്ഞു. എഞ്ചിൻ സ്റ്റാർട്ടു ചെയ്യപ്പെട്ടു. വിമാനം ആവേഗം സംഭരിച്ച് വായുവിലേയ്ക്കുയർന്നു. ആ പറക്കൽ വെറും 17 സെക്കണ്ടു നേരമേ നീണ്ടുനിന്നുള്ളൂ....

അന്തർദഹന-എഞ്ചിന് അതിന്റെ "മുത്തശ്ശി" യായ ആവി-എഞ്ചിനിൽ നിന്ന് ഗുരുതരമായ ഒരു ദോഷം പാരമ്പര്യമായി കിട്ടിയിരുന്നു. അന്തർദഹന-എഞ്ചിനിലേയും ആവി- എഞ്ചിനിലേയും പിസ്റ്റണുകൾ പ്രവർത്തിക്കുന്നത് ഒരേ പോലെയാണ്: മേലോട്ട് താഴോട്ട്, മേലോട്ട് താഴോട്ട്. അതിന്റെ ഫലമായി ശക്തി കൂടുന്നതനുസരിച്ച് അതിന്റെ കുലുക്കവും കൂടുന്നു. സ്വന്തം പിസ്റ്റണുകളുടെ അടിയേറ്റ് അതു തകരാൻ സാദ്ധ്യതപോലുമുണ്ട്.

എന്നാൽ ടർബൈനുകൾക്ക് പിസ്റ്റന്റെ അടിയേൽക്കേണ്ടതില്ല. അത് ശിഥിലമായിപ്പോകുമെന്നും ഭയപ്പെടേണ്ട. അതിനാൽ ടർബൈനുകൾ അപാരമായ ശക്തിയും ശേഷിയുമുള്ളവയാണ്.

സോവിയറ്റ് യൂണിയനിലെ ലെനിൽഗ്രാഡ് ലോഹ ഫാക്ടറിയിൽ ഈയിടെ ഇക്കാര്യം പ്രായോഗികമായി തെളിയിക്കപ്പെട്ടുകയുണ്ടായി. അവിടെ തികച്ചും അസാധാരണമായ ഒരു ആവി-ടർബൈൻ നിർമ്മിക്കപ്പെട്ടു. 1917-ലെ വിപ്ലവത്തിനു മുമ്പ് റഷ്യയിൽ ഉണ്ടായിരുന്ന എല്ലാ ടർബൈനുകളും ഒരുമിച്ച് പ്രവർത്തിക്കുന്നതിനേക്കാൾ ശക്തിയുണ്ട് ഈ ഒരൊറ്റ ടർബൈന്.

എഞ്ചിനീയർമാർ ഈ വിധത്തിലാണ് ചിന്തിച്ചത്. അന്തർദഹന- എഞ്ചിൻ ഭാരം കുറഞ്ഞതും ലളിതവുമാണ്. എന്നാൽ അതിന് വളരെ ശക്തമായിരിക്കാൻ സാദ്ധ്യമല്ല. ടർബൈനുകൾ അത്ഭുതകരമായ എഞ്ചിനുകളാണ്. എന്നാൽ അവ പ്രവർത്തിക്കാൻ ബോയിലർ ആവശ്യമാണ്. ആധുനിക ആവി- ബോയിലറുകൾക്ക് ഒരു അഞ്ചുനില കെട്ടിടത്തിനോളം ഉയരമുണ്ട്. കൂടാതെ അതിന് പ്രശീതക-യൂണിറ്റുകളും പൈപ്പുകളും പമ്പുകളും മറ്റും ആവശ്യവുമാണ്.

"അന്തർദഹന- എഞ്ചിന്റെ ഭാരക്കുറവും ലാളിത്യവും ടർബൈന്റെ ശക്തിയും വേഗവും ഒത്തിണങ്ങിയ ഒരു എഞ്ചിൻ ഉണ്ടാക്കാൻ കഴിയുമോ?" എഞ്ചിനീയർമാർ ആലോചിച്ചു. ചൂടുള്ള വാതകങ്ങൾക്ക് പിസ്റ്റൺ തള്ളുന്നതിനു പകരം "പമ്പരം" കറക്കാൻ കഴിയില്ലേ? താമസിയാതെ അത്തരം ഒരു എഞ്ചിൻ ഡിസൈൻ ചെയ്യപ്പെട്ടു. 1939-ൽ സോവിയറ്റ് യൂണിയനിൽ നിർമ്മിക്കപ്പെട്ട ആ എഞ്ചിന്റെ പേർ വാതക-ടർബൈൻ എന്നാണ്.

വാതക-ടർബൈൻ ആവി- ടർബൈൻപോലെയാണ് പ്രവർത്തിക്കുന്നത്. ആവിക്കു പകരം അതിൽ ചൂടുള്ള വാതകത്തിന്റെ ഒരു ധാരയാണ് പ്രവർത്തിക്കുന്നതെന്നു മാത്രം.

ഇത് തീരെ ഭാരം കുറഞ്ഞതും, അതിശക്തവും നല്ല വേഗമുള്ളതുമായ ഒരു എഞ്ചിനാണ്. വ്യോമയാനത്തിന് ഏറ്റവും പറ്റിയത്. ഇപ്പോൾ മിക്കവാറും എല്ലാ വിമാനങ്ങളിലും വാതക-ടർബൈനുകളാണ് പ്രവർത്തിക്കുന്നത്.

നിങ്ങൾ ഒരു യഥാർത്ഥ തോക്കു കൊണ്ട് എപ്പോഴെങ്കിലും വെടിവച്ചിട്ടുണ്ടോ? ഉണ്ടെങ്കിൽ, വെടി പൊട്ടുമ്പോൾ തോക്കിന്റെ പിടി എങ്ങിനെയാണ് തോളിൽ വന്നിടിക്കുന്നതെന്ന് നിങ്ങൾക്ക് ഓർമ്മയുണ്ടായിരിക്കും. പ്രതിക്ഷേപം എന്നാണ് അതിന്റെ പേർ. അത് എവിടെനിന്നുണ്ടാകുന്നു? നാം കാഞ്ചി വലിക്കുമ്പോൾ ചുറ്റിക

ഒരു പിസ്റ്റണിൽ ചെന്നു മുട്ടുന്നു. ഈ പ്രഹരം ഒരു തീപ്പൊരി ഉണ്ടാക്കുന്നു. ഈ തീപ്പൊരിയിൽനിന്ന് കാർട്രിജിലെ വെടിമരുന്നിന് തീ പിടിക്കുന്നു. വെടിമരുന്ന് എരിഞ്ഞുണ്ടാകുന്ന വാതകങ്ങൾ കാർട്രിജിന്റെ പിൻവശത്തെ അഗ്രത്തിൽ ചെന്നു മുട്ടുകയും അതിനെ "എല്ലാ ദിശകളിലേക്കും" തള്ളുകയും ചെയ്യുന്നു. തോക്കിന്റെ പാത്തിയിൽ നിന്ന് വെടിയുണ്ട ചീറ്റിപ്പായുന്നു, വെടിവയ്ക്കുന്ന ആളുടെ തോളിൽ ശക്തിയായ ഒരു പ്രഹരം ഏൽക്കുന്നു. തോക്കിനേയും തോക്കുപയോഗിക്കുന്ന ആളേയും തള്ളുന്ന ബലത്തിന് റിയാക്ടീവ് ഫോഴ്സ് എന്നു പറയുന്നു.

കാർട്രിജിൽനിന്നും വെടിയുണ്ട മാറ്റിയിട്ട് വെറുതെ വെടിവെച്ചാൽ എന്താണു സംഭവിക്കുക? അപ്പോഴും പ്രതിക്ഷേപം ഉണ്ടാകുമോ? ഉണ്ടാകും. സാധാരണ തോക്കിൽ കുറച്ചു വെടിമരുന്നാണ് വയ്ക്കുന്നത്. അതിനുപകരം ഒരു "തോക്കിൽ" തുടർച്ചയായി വെടിമരുന്നോ ഇന്ധനമോ കടത്തിവിട്ടുകൊണ്ടിരുന്നാൽ എന്തു സംഭവിക്കും? ഇങ്ങനെ നിറയ്ക്കുന്ന സാധനം പെട്ടെന്ന് കത്തിത്തീരാൻ അനുവദിക്കാതെ ക്രമേണ കത്തിയെരിയാൻ ഒരു സംവിധാനമുണ്ടാക്കിയാൽ എന്തു സംഭവിക്കും? അപ്പോൾ റിയാക്ടീവ് ഫോഴ്സ് തുടർച്ചയായി "തോക്കിൽ" മർദ്ദം ചെലുത്തിക്കൊണ്ടിരിക്കുകയും അതിനെ തള്ളി മാറ്റിക്കൊണ്ടിരിക്കുകയും ചെയ്യും. അങ്ങിനെയാണ് ഒരു റിയാക്ടീവ്-എഞ്ചിൻ ഉണ്ടാകുന്നത്.

വിയറ്റ്നാമിലുള്ള കൊച്ചു കുട്ടികൾക്കുപോലും ഇക്കാര്യം അറിയാം. അവർ ഒരു മുളങ്കുറ്റി എടുത്ത് അതിൽ വെടിമരുന്നു നിറച്ച് അതിനു തീ കൊളുത്തുന്നു. കത്തുന്ന വെടിമരുന്ന് പുറത്തേക്കു പൊട്ടിത്തെറിക്കുകയും മുളങ്കുറ്റിയെ മുമ്പോട്ടു തള്ളിവിടുകയും ചെയ്യുന്നു.

യഥാർത്ഥ റിയാക്ടീവ്-എഞ്ചിനുകൾ ഉണ്ടാക്കുന്നത് മുളകൊണ്ടല്ല, ഈടുള്ള ഉരുക്കുകൊണ്ടാണ്. വിമാനങ്ങളിലും റോക്കറ്റുകളിലും അവ ഉപയോഗിക്കപ്പെടുന്നു. വിമാനത്തിന്റെ എഞ്ചിനുകൾ ദ്രവരൂപത്തിലുള്ള ഇന്ധനം- മണ്ണെണ്ണ- ഉപയോഗിച്ചാണ് പ്രവർത്തിക്കുന്നത്. റോക്കറ്റ് എഞ്ചിനുകൾ ദ്രവ-ഇന്ധനമോ ഖര-ഇന്ധനമോ ഉപയോഗിച്ചു പ്രവർത്തിപ്പിക്കാം. വിമാന എഞ്ചിന്റെ നിർമ്മാണം റോക്കറ്റ് എഞ്ചിന്റെ നിർമ്മാണത്തിൽനിന്ന് തികച്ചും വ്യത്യസ്തമാണ്. അവ തികച്ചും വ്യത്യസ്തമായ പരിതസ്ഥിതികളിൽ

പ്രവർത്തിക്കുന്നതിനാൽ ഈ വ്യത്യാസം യുക്തിസഹമാണ്.

ഭൂമിയുടെ ഉപരിതലത്തോട് അടുത്താണ് വിമാനങ്ങൾ സഞ്ചരിക്കുന്നത്, അതായത് ഭൂമിയുടെ അന്തരീക്ഷത്തിൽ. മറ്റൊരു തരത്തിൽ പറഞ്ഞാൽ വായുവിലാണ് അതു സഞ്ചരിക്കുന്നത്. ഇന്ധനം കത്തണമെങ്കിൽ വായു ആവശ്യമാണെന്ന് നിങ്ങൾക്കറിയാമല്ലോ. വിമാന എഞ്ചിനുകൾക്ക് വായു അകത്തേക്കു വലിച്ചെടുക്കാൻ ഒരു പ്രത്യേക പ്രവേശദ്വാരമുണ്ട്. പറക്കലിനിടയിൽ അതിന്റെ വിസ്താരമുള്ള തുറന്ന "വായിലൂടെ" അത് വായു വിഴുങ്ങുന്നു. ആ വായു സമ്മർദ്ദിതമാക്കപ്പെട്ട് ദഹന-അറയിൽ പ്രവേശിക്കുന്നു. ഈ അറയിലേക്ക് മണ്ണെണ്ണ തള്ളിക്കയറ്റിക്കൊണ്ടിരിക്കുന്നു: ആ ഉയർന്ന താപത്തിൽ മണ്ണെണ്ണ കത്തിക്കൊണ്ടിരിക്കും. അതിൽ നിന്നുണ്ടാകുന്ന ചൂടുള്ള വാതകം നാസാഗ്രത്തിലൂടെ വിസ്ഫോടനം ചെയ്യുകയും എഞ്ചിനേയും അതോടൊപ്പം വിമാനത്തേയും മുമ്പോട്ടു തള്ളിക്കൊണ്ടിരിക്കുകയും ചെയ്യുന്നു.

റോക്കറ്റുകൾ ഭൂമിയിൽനിന്ന് വളരെ അകന്ന് വായുവില്ലാത്ത ബഹിരാകാശത്തിലൂടെയാണ് സഞ്ചരിക്കുന്നത്. എന്നാൽ അതിലും ഇന്ധനം കത്തിയേതീരൂ.

അതുകൊണ്ടാണ് റോക്കറ്റുകൾ ഇന്ധനവും വായുവും-കൃത്യമായി പറഞ്ഞാൽ ഓക്സിജനും- കൂടെ കൊണ്ടുപോകുന്നത്.

റോക്കറ്റ് എഞ്ചിൻ ദ്രവ-ഇന്ധനം ഉപയോഗിച്ചാണ് പ്രവർത്തിക്കുന്നതെങ്കിൽ അതിന് രണ്ട് ടാങ്കുകൾ ഉണ്ടായിരിക്കും. ഒന്നിൽ ഇന്ധനവും മറ്റേതിൽ ഓക്സിജനും നിറച്ചിരിക്കും. ഇന്ധനവും ഓക്സിജനും ദഹന-അറയിലേക്ക് തള്ളിക്കയറ്റപ്പെടുന്നു; പിന്നീട് എന്താണു സംഭവിക്കുന്നതെന്ന് നിങ്ങൾക്കറിയാം.

യഥാർത്ഥത്തിൽ റോക്കറ്റുകളിൽ ഏതാനും ടാങ്കുകൾ ഉണ്ട്. ഒരു ജോടി ടാങ്കുകളിലെ ഇന്ധനവും ഓക്സിജനും തീരുമ്പോൾ അത് "പുറത്തേക്കെറിയപ്പെടുകയും" മറ്റൊരു ജോടിയിൽനിന്ന് ഇന്ധനവും ഓക്സിജനും ഉപയോഗിക്കപ്പെടുകയും ചെയ്യുന്നു. അവ കാലിയാകുമ്പോൾ അടുത്ത ജോടി ഉപയോഗിച്ചുതുടങ്ങും.

ഉപഗ്രഹങ്ങളും ബഹിരാകാശ നൗകകളും വിക്ഷേപിക്കപ്പെട്ടപ്പോൾ പ്രസിദ്ധീകരിക്കുന്ന വാർത്താ ബുള്ളറ്റിനുകൾ നിങ്ങൾക്ക് ഓർമ്മയില്ലേ? "ആദ്യത്തെ ഘട്ടം വിട്ടുപോയി... രണ്ടാമത്തെ ഘട്ടം

വിട്ടുപോയി... മൂന്നാമത്തെ ഘട്ടം..." ഈ ഘട്ടങ്ങൾ ഇന്ധനവും ഓക്സിജനും സംഭരിക്കപ്പെട്ടിരുന്ന ടാങ്കുകളാണ്,

ഖര- ഇന്ധനം, റോക്കറ്റ് ഭൂമിയിലായിരിക്കുമ്പോൾതന്നെ ഓക്സിജനുമായി കലർത്തപ്പെടുന്നു. അതു ടാങ്കിനുള്ളിൽ വച്ചുതന്നെ കത്തുന്നു. ഒരു ടാങ്ക് "കത്തിത്തീരുമ്പോൾ" അത് വേർപെട്ടുപോകുന്നു. അപ്പോൾ അടുത്ത ടാങ്കിലെ ഇന്ധനം കത്തിത്തുടങ്ങും... ഇവയും റോക്കറ്റിന്റെ ഘട്ടങ്ങളാണ്.

നമ്മൾ ചർച്ചചെയ്ത എഞ്ചിനുകൾ എല്ലാം ബന്ധുക്കളാണ്. പ്രവർത്തനനിരതമാകാൻ അവയ്ക്കെല്ലാം ഇന്ധനം ആവശ്യമാണ്. അവ ഇന്ധനം കത്തിക്കുമ്പോൾ താപീയ-ഊർജ്ജം പുറത്തു വരുന്നു. അതുകൊണ്ടാണ് അവയെ താപീയ-യന്ത്രങ്ങൾ എന്നു വിളിക്കുന്നത്.

ഇപ്പോഴും ഭൂമിയിൽ ധാരാളം ഇന്ധനമുണ്ട്. എന്നാൽ ഓരോ വർഷവും അവയുടെ അളവ് കുറഞ്ഞു കുറഞ്ഞു വരികയാണ്. അടുത്ത നൂറോ നൂറ്റമ്പതോ വർഷങ്ങളിലേക്കുള്ള ഇന്ധനം ഇപ്പോഴും ഭൂമിയിലുണ്ടെന്നാണ് വിദഗ്ധന്മാരുടെ അഭിപ്രായം. അതായത് നമ്മൾ സൂക്ഷിച്ചും മിതമായും ചെലവാക്കിയാൽ. ഊർജ്ജത്തിന്റെ പഴയ സ്രോതസ്സുകളെ മനുഷ്യർ കൂടുതൽ നന്നായി ഉപയോഗിക്കണമെന്നും അതേ സമയംതന്നെ പുതിയ സ്രോതസ്സുകൾ അന്വേഷിക്കണമെന്നുമാണ് അതിന്റെ അർത്ഥം.

ഏതു തരം സ്രോതസ്സുകളാണ് അന്വേഷിക്കേണ്ടത്? അതു നമുക്ക് പിന്നീട് ചർച്ച ചെയ്യാം.

ഒരു കിലോഗ്രാം യുറേനിയത്തിന്റെ ഭാരമെന്താണ്?

അണു-വൈദ്യുതനിലയങ്ങളെപ്പറ്റിയും അണുചാലിത ഹിമ ഭേദിനികളെപ്പറ്റിയും നിങ്ങൾ കേട്ടിട്ടുണ്ടോ? തീർച്ചയായും നിങ്ങൾ അവയെപ്പറ്റി കേൾക്കുക മാത്രമല്ല വായിക്കുകയും ചെയ്തിട്ടുണ്ടാവും. അണു- വൈദ്യുതനിലയങ്ങൾ വിദ്യുച്ഛക്തി ഉല്പാദിപ്പിക്കുന്നു. അണുചാലിത ഹിമഭേദനികൾ ആർട്ടിക് സമുദ്രത്തിലൂടെ ചരക്കുകപ്പൽ സംഘങ്ങളെ നയിക്കുന്നു.

അണുവിലെ അഥവാ ആറ്റത്തിലെ ഊർജ്ജത്തെ ഉപയോഗപ്പെടുത്താൻ മനുഷ്യർ പഠിച്ചിട്ട് കാലം ഏറെയായിട്ടില്ല. ലോകത്തിലെ ആദ്യത്തെ അണു- വൈദ്യുത നിലയം 1954-ൽ സോവിയറ്റ് യൂണിയനിലെ കലൂഗയ്ക്കടുത്തുള്ള ഓബ്നിൻസ്ക് എന്ന ചെറുപട്ടണത്തിൽ പ്രവർത്തനമാരംഭിച്ചു. ആദ്യത്തെ അണുചാലിത നൗക പിന്നെയും കുറെക്കാലം കഴിഞ്ഞാണ് പ്രത്യക്ഷപ്പെട്ടത്.

എങ്കിലും "ആറ്റം" എന്ന വാക്ക് മനുഷ്യന് പൗരാണികകാലം മുതല്ക്കേ അറിയാമായിരുന്നു. രണ്ടായിരത്തിൽ പരം സംവത്സരങ്ങൾക്കു മുമ്പ് ഗ്രീസിൽ ഡെമോക്രിറ്റസ് എന്ന പേരുള്ള ഒരു പണ്ഡിതൻ ജീവിച്ചിരുന്നു. മനുഷ്യരുടെ ചുറ്റുപാടുമുള്ള പ്രകൃതിയെപ്പറ്റി അദ്ദേഹം വളരെയേറെ ചിന്തിക്കുകയുണ്ടായി. വെള്ളം, മരങ്ങൾ ജന്തുക്കൾ മുതലായ വസ്തുക്കളെല്ലാം എന്തുകൊണ്ടാണ് ഉണ്ടാക്കപ്പെട്ടതെന്ന് അദ്ദേഹം ആലോചിച്ചു. ഇപ്പോൾ ശാസ്ത്രജ്ഞന്മാരെ സഹായിക്കുന്ന ആധുനിക ഉപകരണങ്ങളൊന്നും അന്നില്ലായിരുന്നെന്ന് നിങ്ങൾക്കറിയാമല്ലോ എന്നാൽ ഡെമോ മോക്രിറ്റസിന് ഉജ്ജ്വലമായ ഒരാശയം തോന്നി. ഇഷ്ടികകൊണ്ട് കെട്ടിടം ഉണ്ടാക്കുന്നതുപോലെ അതിസൂക്ഷ്മമായ ഒരു മാത്രകൊണ്ടാണ് പ്രകൃതിയിലുള്ള സർവ്വതും ഉണ്ടാക്കപ്പെട്ടിരിക്കുന്നതെന്ന് അദ്ദേഹം വിശ്വസിച്ചു. പ്രകൃതിയിലെ ഈ "ഇഷ്ടികകൾ" ദൃഷ്ടിഗോചരമല്ലെന്നു മാത്രം. ദ്രവ്യത്തിന്റെ

ഏറ്റവും ചെറിയ മാത്രയാണ് അവയെന്ന് ഡെമോക്രിറ്റസ് വിശ്വസിച്ചു. അവയെ അതിലും ചെറിയ മാത്രകളായി വിഭജിക്കാൻ സാദ്ധ്യമല്ല. ഡെമോക്രിറ്റസ് അവയെ "ആറ്റം"(അണു) എന്നു വിളിച്ചു. "അവിഭാജ്യം" എന്നാണ് ആറ്റം എന്ന വാക്കിന്റെ അർത്ഥം. അനേകം നൂറ്റാണ്ടുകൾ കഴിഞ്ഞാണ് അദ്ദേഹത്തിനു തെറ്റുപറ്റിയെന്ന് തെളിഞ്ഞത്.

നൂറു വർഷങ്ങൾക്കു മുമ്പ് ഒരു ദിവസം ഹെൻറി ബെക്കെറേൽ എന്ന ഫ്രഞ്ചു ശാസ്ത്രജ്ഞൻ വീട്ടിലേക്കു മടങ്ങുന്നതിനു മുമ്പ് തന്റെ പരീക്ഷണശാല വെടിപ്പാക്കുകയായിരുന്നു. രാസ പരീക്ഷണങ്ങൾക്കുള്ള ടെസ്റ്റ് ട്യൂബുകളും ഫ്ലാസ്കുകളും ഒരു അലമാരയിൽ അദ്ദേഹം എടുത്തുവച്ചു. കട്ടിയുള്ള കറുത്ത കടലാസിൽ പൊതിഞ്ഞ് ഫോട്ടോ പ്ലേറ്റുകൾ ഷെൽഫിൽ വച്ചു. വെടിപ്പാക്കപ്പെട്ട തിളങ്ങുന്ന മേശയിലേക്ക് അദ്ദേഹം ഒരിക്കൽക്കൂടി കണ്ണോടിച്ചു. താൻ പഠനം നടത്തിക്കൊണ്ടിരിക്കുന്ന പദാർത്ഥത്തിന്റെ ചെറിയ ഏതാനും കഷണങ്ങൾ മേശപ്പുറത്തു കിടക്കുന്നത് അദ്ദേഹം കണ്ടു. ആ പദാർത്ഥത്തിന്റെ പേര് യുറേനിയം എന്നായിരുന്നു. ബെക്കെറേൽ ധൃതിയിലായിരുന്നു. അദ്ദേഹം ആ ചെറിയ കഷണങ്ങൾ എടുത്ത് ഷെൽഫിൽ വയ്ക്കുന്നതിനിടയ്ക്ക് ഒരു കഷണം ഫോട്ടോ പ്ലേറ്റുകൾ വച്ചിട്ടുള്ള പായ്ക്കറ്റിനുള്ളിൽ വീണു. ഗ്യാസ് ലൈറ്റ് കെടുത്തുകയും വാതിലടയ്ക്കുകയും ചെയ്തിട്ട് അദ്ദേഹം വീട്ടിലേക്കു പോയി.

പിറ്റേദിവസം പായ്ക്കറ്റിൽനിന്ന് യുറേനിയത്തിന്റെ തരി തുടച്ചുമാറ്റിയിട്ട് പ്ലേറ്റ് ഉപയോഗിച്ച് ഒരു ഫോട്ടോ എടുത്തു. അത് ഡവലപ്പ ചെയ്തപ്പോഴാണ് ആ പ്ലേറ്റ് നേരത്തെ ഉദ്ഭാസം ചെയ്യപ്പെട്ട് ഉപയോഗശൂന്യമായിപ്പോയിരുന്നുവെന്ന് അദ്ദേഹത്തിനു മനസ്സിലായത്. ഫിലിമിൽ യുറേനിയത്തിന്റെ തരി പറ്റിയിരുന്നിരുന്ന ഭാഗത്തു ഒരു കറുത്ത പാട് കാണാൻ കഴിഞ്ഞു. ആ ശാസ്ത്രജ്ഞനെ അത് അത്ഭുതപ്പെടുത്തി. അദ്ദേഹം വീണ്ടും അതേ പരീക്ഷണം ആവർത്തിച്ചു. ഇത്തവണ അത് ബോധപൂർവ്വം ചെയ്തതാണെന്നു മാത്രം. വീണ്ടും ഫോട്ടോ പ്ലേറ്റിൽ യുറേനിയത്തിന്റെ തരിയുടെ ഒരു "ചിത്രം" വ്യക്തമായി കാണാൻ അദ്ദേഹത്തിനു കഴിഞ്ഞു.

രണ്ട് ശാസ്ത്രജ്ഞർ-മേരി ക്യൂറീയും പിയേർ ക്യൂറീയും-ഇതിന്റെ പിന്നിലുള്ള രഹസ്യമെന്തെന്നു കണ്ടുപിടിക്കാൻ ശ്രമിച്ചു. അവർ മറ്റു പല പദാർത്ഥങ്ങളും ഉപയോഗിച്ച് പരീക്ഷണം നടത്തുകയും

റേഡിയവും പൊളോണിയവും ഇതേ ഫലം ഉളവാക്കുമെന്നു കണ്ടുപിടിക്കുകയും ചെയ്തു. പക്ഷേ എന്തുകൊണ്ടാണ് ഇതു സംഭവിക്കുന്നത്? അതിന് ഒരു വിശദീകരണം മാത്രമേ ഉള്ളൂ. "അവിഭാജ്യമായ" അണുവിന്റെ ഉള്ളിൽനിന്ന് ഏതോ ഒരുതരം കണങ്ങൾ പുറത്തേക്കു പ്രവഹിക്കുന്നു. ഈ കണങ്ങളാണ് ഫോട്ടോ പ്ലേറ്റുകളെ ഉദ്ഭാസനം ചെയ്യുന്നത്. അതിന്റെ അർത്ഥം ഏറ്റവും ചെറിയ മാത്ര അണുവല്ലെന്നും അണുവിനേക്കാൾ ചെറിയ കണങ്ങൾ ഉണ്ടെന്നുമാണ്.

അണുവിന്റെ ഘടന എങ്ങിനെയാണെന്ന് ഇപ്പോൾ നമുക്ക് കൃത്യമായിത്തന്നെ അറിയാം. ഭാരിച്ച ഒരു തുള്ളി തേനും അതിനെ പൊതിഞ്ഞ് ഒരു പറ്റം ചെറിയ ഈച്ചകളും ഉണ്ടെന്നു സങ്കല്പിക്കുക. ചെറിയ ഈച്ചകൾ തേൽതുള്ളിയിൽനിന്ന് വിട്ടുപോകാൻ അശക്തരായി അതിനു ചുറ്റും കറങ്ങിനടക്കുന്നു. ഏതെങ്കിലും ഒരു പദാർത്ഥത്തിന്റെ അണു പരിശോധിച്ചുനോക്കിയാൽ ഏതാണ്ട് ഇതുപോലുള്ള ഒരു ചിത്രമാണ് നാം കാണുന്നത്. മധ്യത്തിൽ ഒരു ഭാരിച്ച "തുള്ളി"യുണ്ട്. അതാണ് ന്യൂക്ലിയസ് അഥവാ അണുകേന്ദ്രം. ചലിച്ചുകൊണ്ടിരിക്കുന്ന ഭാരം കുറഞ്ഞ ചെറിയ ഈച്ചകളെപ്പോലെ ഇലക്ട്രോണുകൾ അണുകേന്ദ്രത്തിനു ചുറ്റും കറങ്ങിക്കൊണ്ടിരിക്കുന്നു. അണുകേന്ദ്രത്തോട് ബന്ധിക്കപ്പെട്ടതുപോലെ അവ അതിന്റെ ചുറ്റും ഭ്രമണം ചെയ്തുകൊണ്ടിരിക്കുകയാണ്. എന്നാൽ ഈച്ചകളെപ്പോലെ ക്രമവും ചിട്ടയുമില്ലാതെ അവ പറക്കുകയല്ല. ഒരോ ഇലക്ട്രോണും അതിന്റെ സ്വന്തമായ ഒരു പാതയിലൂടെയാണ് ചരിക്കുന്നത്. ആ പാതയെ ഓർബിറ്റ് അഥവാ കക്ഷ്യ എന്നു വിളിക്കുന്നു.

ഇത്രയുംകൊണ്ട് തീർന്നില്ല. അമർത്തിയമർത്തി അടുക്കിവച്ചിരിക്കുന്ന കണങ്ങൾ ചേർന്നാണ് അണുകേന്ദ്രം ഉണ്ടായിരിക്കുന്നത്. അവയെ പ്രോട്ടോണുകൾ എന്നും ന്യൂട്രോണുകൾ എന്നും വിളിക്കുന്നു. ഒരു ചരടുകൊണ്ട് ബലമായി ചുരുട്ടിക്കെട്ടിവച്ചിരിക്കുന്ന ഒരു സ്പ്രിംഗു പോലെയാണ് അണുകേന്ദ്രം. സ്പ്രിംഗിനെപ്പോലെതന്നെ അതിനും ഭീമമായ ശക്തിയുണ്ട്. സ്പ്രിംഗ് ചുരുളഴിഞ്ഞ് അതിൽ ഒളിഞ്ഞിരിക്കുന്ന ഊർജ്ജം പുറത്തുവിടണമെങ്കിൽ ചരടു പൊട്ടിച്ചേ തീരൂ. അതുപോലെതന്നെ, അണുകേന്ദ്രം ഊർജ്ജത്തെ പുറത്തുവിടണമെങ്കിൽ അതിനെ തകർക്കുകയും കണങ്ങളെ കൂട്ടിയോജിപ്പിച്ചിരിക്കുന്ന അദൃശ്യമായ ചരട് മുറിക്കുകയും ചെയ്യണം. അപ്പോൾ ഊർജ്ജം

പുറത്തുവിട്ടുകൊണ്ട് അവ നാലുപാടും തെറിച്ചുപോകുന്നു.

"ഘന" പദാർത്ഥങ്ങളുടെ-യൂറേനിയം, പ്ലൂട്ടോണിയം-അണുകേന്ദ്ര ങ്ങളാണ് തകർക്കാൻ (ശാസ്ത്രജ്ഞന്മാരുടെ ഭാഷയിൽ, "പിളർക്കാൻ") ഏറ്റവും എളുപ്പം അണുകേന്ദ്രങ്ങളിൽ വളരെയധികം കണങ്ങൾ ഉള്ളതുകൊണ്ടാണ് ഈ പദാർത്ഥങ്ങളെ ഘനപദാർത്ഥങ്ങളെന്നു പറയുന്നത്. വെടിയുണ്ട ലക്ഷ്യത്തിൽ കൊള്ളുന്നതുപോലെ ഒരു കണം അണുകേന്ദ്രത്തിൽ ചെന്നുകൊണ്ടാൽ അണുകേന്ദ്രം പിളരും. അണുകേന്ദ്രത്തിന്റെതന്നെ ഘടകമായ ന്യൂട്രോണുകളാണ് അതിന് ഏറ്റവും പറ്റിയ "വെടിയുണ്ടകൾ"

ന്യൂട്രോണുകളുടെ സ്ഥിരമായ "വാസസ്ഥാനം" അണുകേന്ദ്രം തന്നെയാണ്. എന്നാൽ "വീട്ടിലിരിക്കുന്ന" ന്യൂട്രോണുകളുടെ കൂട്ട ത്തിൽ "സഞ്ചാരപ്രിയരായ" ചില ന്യൂട്രോണുകളുണ്ട്. അവ അണു കേന്ദ്രം വിട്ട് യൂറേനിയത്തിന്റെ കഷ്ണത്തിനുള്ളിൽ സഞ്ചാരികളെ പ്പോലെ അലഞ്ഞുനടക്കുന്നു. ആ യാത്രയ്ക്കിടയിൽ എപ്പോഴെങ്കിലും അത് മറ്റൊരു അണുകേന്ദ്രത്തിൽ ചെന്നു മുട്ടാതിരിക്കയില്ല. ആ ഏറ്റുമുട്ടലിന്റെ ശക്തികൊണ്ട് ആ അണുകേന്ദ്രം പിളരുകയും രണ്ട് ന്യൂട്രോണുകൾ പുറത്തുവരികയും ചെയ്യുന്നു. ഒരു തരത്തിലല്ലെങ്കിൽ മറ്റൊരു തരത്തിൽ അവ അടുത്ത രണ്ട് കേന്ദ്രങ്ങളെക്കൂടി പിളർക്കും. ഇപ്പോൾ യുറേനിയത്തിന്റെ കഷ്ണത്തിൽ നാലു വെടിയുണ്ടകൾ ഉണ്ട്. ഇത് പിന്നെയും പിന്നെയും ആവർത്തിക്കപ്പെടുന്നു... കോടാലികൊ ണ്ടുള്ള വേട്ടേറ്റു ചീളുകൾ തെറിച്ചുപോകുന്നതുപോലെ അണുകേ ന്ദ്രങ്ങൾ എല്ലാവശങ്ങളിലേക്കും തെറിച്ചുപോവുകയും അവയിൽ ഒളിഞ്ഞുകിടക്കുന്ന ഊർജ്ജം പുറത്തുവിടുകയും ചെയ്യുന്നു. ഒരുപാട് ഊർജ്ജം ഒരുപാട് ചൂട് പ്രദാനം ചെയ്യുന്നു. ഒരു കിലോഗ്രാം യുറേനി യത്തിൽനിന്ന് രണ്ടായിരം ടൺ കൽക്കരിയിൽ നിന്നു ലഭിക്കുന്നത്ര ചൂട് ലഭ്യമാകുന്നു. സംഗതി ഗംഭീരമല്ലേ?

ഒന്നോ രണ്ടോ ഈയപ്പെട്ടി നിറയെ യൂറേനിയം ഉണ്ടെങ്കിൽ ഒരു വലിയ വൈദ്യുതനിലയത്തിന് ഒരു വർഷം മുഴുവൻ പ്രവർത്തിക്കാം. അതിനാൽ കൽക്കരിയോ എണ്ണയോ പീറ്റോ ലഭ്യമല്ലാത്ത പ്രദേശ ങ്ങളിൽ അണു-വൈദ്യുതനിലയങ്ങൾ നിർമ്മിക്കുന്നു.

ഇത്തരം വൈദ്യുതനിലയങ്ങളുടെ ഏറ്റവും പ്രധാനപ്പെട്ട ഭാഗം, അണു-റിയാക്ടർ, കൃത്യമായി പറഞ്ഞാൽ അണുകേന്ദ്ര-റിയാക്ടർ

ആണ്. അടിയും മുകളും അടച്ച ഭീമമായ ഒരു ലോഹസിലിണ്ടറാണ് അത്. അതിന് ഒരു വലിയ പാത്രത്തോടോ കുട്ടകത്തിനോടോ നല്ല സാമ്യമുണ്ട്. കുട്ടകത്തിനകത്ത് യുറേനിയം ദണ്ഡുകളും വെള്ളം കടന്നുപോകുന്ന കുഴലുകളും ഉണ്ട്. റിയാക്ടറിന്റെ മേൽമൂടിയുടെ പുറവശത്ത് പലതരം ഉപകരണങ്ങളും യാന്ത്രിക സംവിധാനങ്ങളും ഉണ്ട്. യുറേനിയം ദണ്ഡുകൾക്കുള്ളിൽ അണുകേന്ദ്രങ്ങൾ അനുസ്യൂതം പിളർന്നുകൊണ്ടിരിക്കുന്നു, അണുകേന്ദ്ര-ഇന്ധനം "കത്തിക്കൊണ്ടിരിക്കുകയും" വെള്ളം ശക്തിയായി ചൂടാകുകയും ചെയ്യുന്നു. ഈ ചൂടുവെള്ളം ഒരു ആവി-ജനറേറ്ററിലേക്കു പമ്പുചെയ്തു കയറ്റുന്നു. ആവി ഉണ്ടാക്കാനുള്ള ഒരു യന്ത്രമാണ് ആവി-ജനറേറ്റർ.

ആവി-ജനറേറ്ററിന്റെ രചന വളരെ ലളിതമാണ്: ഒരു കുഴലിനുള്ളിൽ മറ്റൊരു കുഴൽ. ഉള്ളിലേ കുഴൽവഴി റിയാക്ടറിൽനിന്നുള്ള ചൂടുവെള്ളം കടന്നുപോകുന്നു. പുറമേയുള്ള കുഴലിലൂടെ എതിർ ദിശയിലേക്ക് പ്രശീതക-യൂണിറ്റിൽ നിന്നുള്ള വെള്ളം കടന്നുപോകുന്നു. റിയാക്ടറിൽ നിന്നു പുറത്തുവരുന്ന വെള്ളത്തിന്റെ ചൂട് പുറത്തെ കുഴലിലെ തണുത്ത വെള്ളത്തിലേക്കു പകരുന്നു. അതു ചൂടാകുകയും തിളച്ച് ആവിയായിത്തീരുകയും ചെയ്യുന്നു. ഈ ആവി ടർബൈന്റെ ദലങ്ങളിൽ ചെന്നു തട്ടുമ്പോൾ ടർബൈൻ കറങ്ങിത്തുടങ്ങുന്നു.

റിയാക്ടറിൽനിന്നുള്ള വെള്ളം അതിന്റെ ചൂടു മുഴുവൻ തണുത്ത വെള്ളത്തിനു പകർന്നുകൊടുത്തിട്ട് റിയാക്ടറിലേക്കുതന്നെ മടങ്ങിയെത്തുന്നു. അതു വീണ്ടും ചൂടാവുകയും വീണ്ടും ആവി- ജനറേറ്ററിലേക്കു പോകുകയും ചെയ്യുന്നു. അതു കടന്നു പോകുന്ന വലയത്തിന് ഒന്നാമത്തെ രൂപരേഖ എന്നു പറയുന്നു.

ടർബൈൻ കറക്കി കഴിഞ്ഞാലുടൻ ആവി പ്രശീതക-യൂണിറ്റിലേക്ക് തിരിച്ചുപോകുന്നു. അവിടെ വച്ച് അതു തണുത്ത് വെള്ളമായിത്തീരുകയും വീണ്ടും ആവി- ജനറേറ്ററിലേക്കു പ്രവഹിക്കുകയും ചെയ്യുന്നു. അവിടെ അതു പിന്നെയും ആവിയായി മാറുന്നു... വെള്ളവും ആവിയും വഹിച്ചുകൊണ്ടുപോകുന്ന ഈ രണ്ടാമത്തെ വലയത്തിന് രണ്ടാമത്തെ രൂപരേഖ എന്നു പറയുന്നു.

റിയാക്ടർ, ആവി-ജനറേറ്റർ, ടർബൈൻ എന്നിവയും പ്രശീതക-യൂണിറ്റും ചേർന്നതാണ് അണു-ഊർജ്ജ യന്ത്രാവലി. ഈ യന്ത്രാവലി പ്രവർത്തിപ്പിക്കുന്നത് യന്ത്രങ്ങളും അവയുടെ ഓപ്പറേറ്റർമാരായ മനുഷ്യരും ചേർന്നാണ്. അണു-വൈദ്യുതനിലയങ്ങളിലും

അണുചാലിത ഹിമഭേദിനികളിലും ഇത്തരം യന്ത്രാവലികൾ പ്രവർത്തിക്കുന്നു. വൈദ്യുതനിലയങ്ങളിലെ ടർബൈനുകൾ അണുവിന്റെ ഊർജ്ജത്തെ വിദ്യുച്ഛക്തിയായി മാറ്റുന്നു. ഹിമഭേദിനിയിലെ ടർബൈനുകൾ അണുവിന്റെ ഊർജ്ജത്തെ ചലനമായി മാറ്റുന്നു. ഇത്തരം സുശക്തമായ യന്ത്രാവലികളാണ് കപ്പൽ സഞ്ചയങ്ങളെ കട്ടികൂടിയ ഐസിലൂടെ നയിച്ചുകൊണ്ടുപോകുവാൻ ഹിമഭേദിനികളെ സഹായിക്കുന്നത്. 1977-ൽ "ലിയൊനീദ് ബ്രേഷ്നെവ്" എന്ന സോവിയറ്റ് ഹിമഭേദിനി പാറപോലുറച്ച ഹിമക്ഷേത്രത്തിലൂടെ ഉത്തരധ്രുവത്തിലെത്തി. അതിനു മുമ്പുള്ള ഒരൊറ്റ ഹിമഭേദിനിക്കുപോലും അതു കഴിഞ്ഞിട്ടില്ല.

ഈ സന്ദർഭത്തിൽ വായനക്കാർക്ക് ചുരുങ്ങിയപക്ഷം രണ്ടു ചോദ്യങ്ങളെങ്കിലും ചോദിക്കാനുണ്ടാവും. ഒന്നാമത്തെ ചോദ്യം: രണ്ടാമത്തെ രൂപരേഖയിലെ വെള്ളം തിളച്ച് ആവി ഉണ്ടാകുന്നത് എന്തുകൊണ്ടാണ്? അതേസമയം ഒന്നാമത്തെ രൂപരേഖയിൽ ആവി ഉണ്ടാകാത്തത് എന്തുകൊണ്ടാണ്?

രണ്ടാമത്തെ ചോദ്യം: രണ്ട് രൂപരേഖകൾ വാസ്തവത്തിൽ ആവശ്യമുണ്ടോ? റിയാക്ടറിൽത്തന്നെ ആവി ഉണ്ടാക്കിയാൽ പോരേ? അവിടെ ആവിയുണ്ടാക്കാൻ മാത്രം താപം ഉണ്ടല്ലോ.

ആദ്യത്തെ ചോദ്യത്തിന് ഉത്തരം പറയാൻ വളരെ എളുപ്പമാണ്. ഒന്നാമത്തെ രൂപരേഖയിലെ വെള്ളം തിളയ്ക്കുകയില്ല, കാരണം അത് അത്രയേറെ സമ്മർദ്ദിതമാണ്. മർദ്ദം ഉയരുന്നതിനനുസരിച്ച് വെള്ളത്തിന്റെ ക്വഥനാങ്കം ഉയരുന്നു.

രണ്ടാമത്തെ ചോദ്യത്തിന്റെ ഉത്തരം കണ്ടുപിടിക്കാൻ നമുക്ക് അല്പം പിറകോട്ടു പോകണം. യുറേനിയം "കത്തുന്നത്" മെല്ലെയാണെങ്കിലും അത് മനുഷ്യർക്ക് വളരെ അപകടകാരിയാണ്. അണുകേന്ദ്രം പിളരുമ്പോൾ അനവധി "ഉണ്ടകളും" കണങ്ങളും അതിവേഗം എല്ലാ വശങ്ങളിലേക്കും പറക്കുന്നു. ഈ പ്രവാഹത്തെ റേഡിയേഷൻ അഥവാ വികരണം എന്നു വിളിക്കുന്നു. വികിരണം ജീവനുള്ള എല്ലാറ്റിനും ദോഷകരമാണ്. അതുകൊണ്ടാണ് റിയാക്ടർ എപ്പോഴും കോൺക്രീറ്റ് ഭിത്തികൾകൊണ്ട് ചുറ്റപ്പെട്ടിരിക്കുന്നത്. ഈ ഭിത്തികൾക്ക് "ജീവസംരക്ഷണം" എന്നു പറയുന്നു.

അണു യന്ത്രാവലിയിൽ രണ്ട് ദ്രുപരേഖകൾ ഉണ്ടാക്കിയിരിക്കു ന്നതും മനുഷ്യരെ വികിരണത്തിൽനിന്ന് സംരക്ഷിക്കാനാണ്. ഒന്നാമത്തെ ദ്രുപരേഖയിലൂടെ പ്രവഹിക്കുന്ന വെള്ളത്തിന് വികിരണം. "ബാധിച്ചിട്ടുണ്ട്." യുറേനിയത്തെപ്പോലെ അതും കണങ്ങളെ പുറത്തു വിടുന്നു. "വികിരണബാധയേറ്റ" ഈ "മലിന" ജലം ആവിയാക്കി മാറ്റിയാൽ കുഴലുകളും പമ്പുകളും ടർബൈനുകളും റേഡിയോ ആക്റ്റീവ് ആയിത്തീരും, അതുകൊണ്ടാണ് റിയാക്ടറിൽനിന്നുള്ള റേഡിയോ ആക്റ്റീവ് ജലം മറ്റേ വെള്ളത്തെ ചൂടാക്കാൻ ഉപയോഗിക്കുന്നത്. കുഴലിന്റെ ഭിത്തി ദോഷകരമായ കണങ്ങളുടെ പ്രവാഹത്തെ ഗണ്യമായി തടസ്സപ്പെടുത്തുന്നു അതിനാൽ രണ്ടാമത്തെ ദ്രുപരേഖ യിലെ ജലം ശുദ്ധമോ അഥവാ മിക്കവാറും ശുദ്ധമോ ആയിരിക്കും. ടർബൈന്റേയും പ്രശീതക-യൂണിറ്റിന്റേയും ചുറ്റും ജീവസംരക്ഷണം നിർമ്മിക്കേണ്ട ആവശ്യമില്ല. മനുഷ്യർക്ക് ധൈര്യമായി അവയ്ക്കടുത്തു നിന്ന് പണിയെടുക്കാം.

പിയേർ ക്യൂറിയാണ് ആദ്യമായി വികിരണത്തിന്റെ പ്രഭാവങ്ങൾ അനുഭവിച്ചറിഞ്ഞത്. ധീരനായ ആ മനുഷ്യൻ അനേകം മണിക്കൂർ നേരം തന്റെ കൈ റേഡിയത്തിന്റെ ഒരു കഷ്ണത്തിനു മീതെ പിടിച്ചുകൊണ്ടിരുന്നു. കുറെ സമയം കഴിഞ്ഞപ്പോൾ അദ്ദേഹത്തിന്റെ കൈയിൽ പൊള്ളലും മുറിവും പ്രത്യക്ഷപ്പെട്ടു. അതു ചികിത്സിച്ചു സുഖപ്പെടുത്താൻ കഴിഞ്ഞു. എങ്കിലും റേഡിയവും യുറേനിയവും സൂക്ഷിച്ചു വേണം കൈകാര്യം ചെയ്യാൻ എന്ന് അതിനുശേഷം എല്ലാവർക്കും ബോദ്ധ്യമായി.

അണു-വൈദ്യുതനിലയങ്ങൾക്കടുത്ത് ചെടികൾ വളർത്താനുള്ള ഹരിതഭവനങ്ങൾപോലും നിർമ്മിക്കാം. ഫിൻലണ്ട് ഉൾക്കടലി നടുത്തുള്ള ലെനിൽഗ്രാഡ് അണു-വൈദ്യുതനിലയം മീൻപിടുത്തക്കാരെ സഹായിക്കുകപോലും ചെയ്യുന്നുണ്ട്. ടർബൈനെ തണുപ്പിച്ചു കഴിഞ്ഞ് പുറത്തുവരുന്ന ചൂടുവെള്ളം ഉൾക്കടലിലേക്കു പ്രവഹിക്കുന്നു. മത്സ്യങ്ങളുടെ ആഹാരമായ ജലസസ്യങ്ങൾ ഇവിടെ സമൃദ്ധമായി വളരുന്നു. ആഹാരം ഉള്ളിടത്ത് മത്സ്യവും ഉണ്ടായിരിക്കും.

അണു-ഊർജ്ജത്തിന് മറ്റൊരു പ്രധാന സംഗതിയിലും നമ്മെ സഹായിക്കാൻ കഴിയും. ഭൂമിയിലെ ശുദ്ധജലത്തിന്റെ ലഭ്യത കുറഞ്ഞുകുറഞ്ഞു വരികയാണ്. നാം കുടിക്കാനും കുളിക്കാനും ഉപയോഗിക്കുന്ന സാധാരണ വെള്ളത്തിന്റെ കാര്യമാണ് പറയുന്നത്. നമ്മൾ

കൂടുതൽ വെള്ളം കുടിക്കുകയും കൂടുതൽ തവണ കുളിക്കുകയും ചെയ്യുന്നതുകൊണ്ടല്ല വ്യവസായങ്ങൾ കൂടുതൽ കൂടുതൽ ജലം ഉപയോഗിക്കുന്നതുകൊണ്ടാണ് അങ്ങിനെ സംഭവിക്കുന്നത്. കൃഷിക്കും ധാരാളം വെള്ളം ആവശ്യമാണ്. നല്ല സൂര്യപ്രകാശവും, ഫലപുഷ്ടിയുള്ള മണ്ണുമുണ്ടെങ്കിലും വെള്ളം ഇല്ലാത്ത പല പ്രദേശങ്ങളും ഭൂമിയിലുണ്ട്. അവിടെ തോടുകൾ വെട്ടി; പുഴകളിൽനിന്നും തടാകങ്ങളിൽനിന്നും വെള്ളം അവയിലേക്കു പമ്പുചെയ്തു കയറ്റി നാം വയലുകളുടെ ദാഹം തീർക്കുന്നു.

ഭൂമിയിൽ വെള്ളത്തിന്റെ ഏറ്റവും വലിയ ഉറവിടങ്ങൾ കടലുകളും മഹാസമുദ്രങ്ങളുമാണ്. എന്നാൽ ഉപ്പുവെള്ളമാണ് അവിടെയുള്ളത്. ഉപ്പുവെള്ളത്തെ ശുദ്ധജലമാക്കി മാറ്റി ഉപയോഗയോഗ്യമാക്കാൻ കഴിയും. ഇതു വളരെ ലളിതമാണ്-ഉപ്പുവെള്ളം തിളപ്പിച്ച് അതിൽനിന്നുയരുന്ന ആവി ഭ്രവണ-യൂണിറ്റുകളിൽ ശേഖരിച്ച് തണുപ്പിക്കുന്നു. അപ്പോൾ ശുദ്ധജലം ലഭിക്കും. “സ്വാദിനുവേണ്ടി” അതിൽ അല്പം ഉപ്പു ചേർക്കുന്നു. ഈ വെള്ളം കുടിക്കാനും കുളിക്കാനും ഉദ്യാനങ്ങളും മലക്കറിത്തോട്ടങ്ങളും നനയ്ക്കാനും ഉപയോഗിക്കാം. ഉപ്പുവെള്ളം തിളപ്പിച്ച “കെറ്റിലിന്റെ” അടിയിലുള്ള ഊറൽ എടുത്തു മാറ്റിയിട്ട് വീണ്ടും അതിൽ ഉപ്പുവെള്ളം തിളപ്പിക്കുന്നു. ആ ഊറൽ പോലും ഉപയോഗമുള്ള ഒരു ഉപോല്പന്നമാണ്. അതിൽ വിലപിടിച്ച പല പദാർത്ഥങ്ങളുമുണ്ട്: മാംഗനീസ്, സോഡിയം, പൊട്ടാസ്യം എന്നിവ കൂടാതെ അല്പം സ്വർണ്ണം പോലും അതിലുണ്ട്.

എന്നാൽ ഉപ്പുവെള്ളത്തെ ശുദ്ധജലമാക്കി മാറ്റാൻ ഒരുപാട് ഊർജ്ജം ആവശ്യമാണ്. ഇതു നൽകാൻ അണു-വൈദ്യുതനിലയങ്ങൾക്കു കഴിയും.

കാസ്പിയൻ കടലിന്റെ കിഴക്കേതീരത്തുള്ള ശുഷ്ക്കമായ മരുഭൂമിയിലാണ് സോവിയറ്റ് യൂണിയനിലെ ഷെവ് ചേങ്കോ എന്ന പട്ടണം സ്ഥിതിചെയ്യുന്നത്. മേശപ്പുറംപോലെ പരന്ന ഒരു സമതലവും പുല്ലോ മരങ്ങളോ വളരാത്ത വെടിച്ചുകീറിയ തെരുവുകളുമായിരിക്കും നിങ്ങൾ മനസ്സിൽ കാണുന്നത്. എന്നാൽ നിങ്ങൾക്കു തെറ്റുപറ്റി. ആ നഗരത്തിൽ വേണ്ടുവോളം വെള്ളമുണ്ട്. ഇരുവശത്തും മരങ്ങൾ നിരനിരയായി നിൽക്കുന്ന തണലുള്ള നിരത്തുകളും, ജലധാരായന്ത്രങ്ങളും, പൂന്തടങ്ങളും ആ പട്ടണത്തിൽ എവിടേയും കാണാം. ഈ അത്ഭുതങ്ങളൊക്കെ സൃഷ്ടിച്ചത് മനുഷ്യന്റെ കരങ്ങളാണ്. ഷെവ്ചേങ്കോ

പട്ടണം ഒരു അണു-വൈദ്യുതനിലയത്തിനടുത്തായതിനാലാണ് ഇതു സാദ്ധ്യമായത്. അവിടെ ഉല്പാദിപ്പിക്കുന്ന വിദ്യുച്ഛക്തി മിക്കവാറും മുഴുവൻ ശുദ്ധജലം ഉണ്ടാക്കാനുള്ള ശക്തമായ ഒരു യന്ത്രാവലിയിലേക്കു പോകുന്നു. അങ്ങിനെ പട്ടണത്തിന് ശുദ്ധജലവും വ്യവസായത്തിന് ആവശ്യമുള്ള അസംസ്കൃത പദാർത്ഥങ്ങളും ലഭിക്കുന്നു. സോഡിയം, പൊട്ടാസ്യം, മാംഗനീസ് എന്നിവയുടെ ലവണങ്ങളും ഉപയോഗപ്രദമായ മറ്റു പല പദാർത്ഥങ്ങളും അതിൽ ഉൾപ്പെടുന്നു.

ഇപ്പോൾ അണു-വൈദ്യുതനിലയങ്ങൾ താപീയ-വൈദ്യുതനിലയങ്ങൾ ഉല്പാദിപ്പിക്കുന്നതിനേക്കാൾ വളരെ കുറച്ച് വിദ്യുച്ഛക്തിയേ ഉല്പാദിപ്പിക്കുന്നുള്ളു. എന്നാൽ താമസിയാതെ, ഇരുപതോ മുപ്പതോ വർഷങ്ങൾക്കകം, അണു-വൈദ്യുത നിലയങ്ങൾ വിദ്യുച്ഛക്തി ഉല്പാദനത്തിൽ ലോകത്തിലെ മുഖ്യ ശക്തിയായിത്തീരും എന്ന് ഉറപ്പിച്ചു പറയാം. അതിനു രണ്ടുകാരണങ്ങളുണ്ട്. ഒന്നാമത് ലഭ്യമായ ഇന്ധനത്തിന്റെ അളവ് കുറഞ്ഞുകൊണ്ടിരിക്കയാണ്. രണ്ടാമത് അതു മുഴുവൻ കത്തിച്ചു കളയുന്നത് അങ്ങേയറ്റത്തെ ബുദ്ധിമോശമായിരിക്കും. എണ്ണ, വാതകം, കൽക്കരി മുതലായവയിൽനിന്ന് നമുക്ക് ആവശ്യമുള്ള പല സാധനങ്ങളും നിർമ്മിക്കാം. ഷർട്ട്, കോട്ട് കൃത്രിമഫർ മുതലായ ഉണ്ടാക്കാനുള്ള കൃത്രിമ നൂലും, ഉരുക്കിനേക്കാൾ ഉറപ്പുള്ള കൃത്രിമവസ്തുക്കളും, ഗ്ലാസ്, പഞ്ഞി, യന്ത്രഭാഗങ്ങൾ മുതലായവയും മറ്റനവധി സാധനങ്ങളും അങ്ങിനെ നിർമ്മിക്കാവുന്നതാണ്.

2000-ാമാണ്ടാകുമ്പോഴേക്കും വിദ്യുച്ഛക്തിയുടെ പകുതിയിൽ കൂടുതൽ ഉല്പാപ്പിക്കപ്പെടുന്നത് അണു-വൈദ്യുതനിലയങ്ങളായിരിക്കുമെന്നാണ് വിദഗ്ദ്ധന്മാരുടെ വിശ്വാസം. താപീയ-വൈദ്യുതനിലയങ്ങളിൽ വിദ്യുച്ഛക്തി ഉല്പാദിപ്പിക്കുന്നതിനേക്കാൾ പത്തുമടങ്ങ് ലാഭകരമായിരിക്കും അത്.

അണു-ഊർജ്ജത്തിന്റെ ഉല്പാദനം സോവിയറ്റ് യൂണിയനിൽ അതിവേഗം വളർന്നുകൊണ്ടിരിക്കുന്നു. ഓരോ പഞ്ചവത്സരപദ്ധതിയിലും പത്ത് പുതിയ അണു-വൈദ്യുതനിലയങ്ങൾ ഉണ്ടാക്കപ്പെടുന്നുണ്ട്.

വെള്ളം കത്തുമോ?

"കുറുക്കൻ സഹോദരന്മാർ തീപ്പെട്ടിയുമെടുത്തുകൊണ്ട് നീല കടലിനടുത്തുചെന്ന് നീലക്കടലിന് തീകൊളുത്തി" എന്നു പറയുന്ന ഒരു റഷ്യൻ മുത്തശ്ശിക്കഥയുണ്ട്. കടൽ കത്തിജ്വലിച്ചു തുടങ്ങിയപ്പോൾ അഗ്നിശമന പ്രവർത്തകർ "അപ്പവും അടയും ഉണങ്ങിയ കൂണുകളും കൊണ്ട്" അതു കെടുത്താൻ ശ്രമിച്ചുവെന്നാണ് കഥ. "അസംബന്ധം", എന്ന് നിങ്ങൾ പറയുമായിരിക്കും. "കടലിലായാലും പുഴയിലായാലും തടാകത്തിലായാലും വെള്ളം വെള്ളമാണ്. അതു കത്തുകയില്ല. നേരേമറിച്ച് വെള്ളം തീ കെടുത്തുകയാണു ചെയ്യുന്നത്." നിങ്ങൾ പറയുന്നതു ശരിയാണ്, എന്നാൽ മുഴുവൻ ശരിയല്ല.

വെള്ളം ആ അവസ്ഥയിൽ കത്തുകയില്ല-അതു ശരിയാണ്. എന്നാൽ രണ്ടു മൂലകങ്ങൾ ചേർന്നാണ് വെള്ളം ഉണ്ടാകുന്നത്. അവയിൽ ഒന്ന് വളരെ നന്നായി കത്തും, മറ്റേത് കത്തുന്നതിനെ സഹായിക്കും. ഹൈഡ്രജനും ഓക്സിജനുമാണ് ആ മൂലകങ്ങൾ എന്നാൽ മറ്റുചില സംഗതികൾകൂടിയുണ്ട്. ചിലപ്പോൾ 'സാധാരണ' ഹൈഡ്രജനിൽ, പതിവിലും രണ്ടിരട്ടി ഘനമുള്ള കണങ്ങൾ കടന്നുകൂടും. ഇത്തരം ഹൈഡ്രജനെ ഘന-ഹൈഡ്രജൻ അഥവാ ഡോയ്റ്റീരിയം എന്നു വിളിക്കുന്നു. ഊർജ്ജത്തിന്റെ സുഭിക്ഷതയെപ്പറ്റിയുള്ള മനുഷ്യരുടെ സ്വപ്നം പടുത്തുയർത്തിയിരിക്കുന്നത് ഈ മൂലകത്തിന്മേലാണ്.

ഘന- ഹൈഡ്രജന്റെ രണ്ട് അണുക്കൾ കൂട്ടിയോജിപ്പിച്ചാൽ ഒരു പുതിയ മൂലകത്തിന്റെ-ഹീലിയത്തിന്റെ-അണുകേന്ദ്രം ഉണ്ടാകുമെന്നും വളരെയധികം ഊർജ്ജം പുറത്തുവരുമെന്നും ദീർഘകാലം മുമ്പുമുതലേ നമുക്കറിയാം. ഒരു കിലോഗ്രാം ഡോയ്റ്റീരിയത്തിൽ നിന്ന് 14 ദശലക്ഷം കിലോഗ്രാം കൽക്കരി കത്തിക്കുമ്പോൾ ഉണ്ടാകുന്നത്ര ഊർജ്ജം ലഭിക്കും.

സമുദ്രത്തിൽ എന്തുമാത്രം ഡോയ്റ്റീരിയം ഉണ്ടെന്ന് നിങ്ങൾക്കറിയാമോ? അയ്യായിരം കോടി വർഷങ്ങൾ മനുഷ്യരാശിക്ക് ഉപയോഗിക്കാൻ വേണ്ടത്ര!

എന്നാൽ രണ്ടു അണുകേന്ദ്രങ്ങൾ കൂട്ടി യോജിപ്പിക്കാൻ വളരെ പ്രയാസമാണ്. ഡോയ്റ്റീരിയം ഇരുന്നൂറ് ദശലക്ഷം ഡിഗ്രി വരെ ചൂടാക്കിയാലേ അതു സാധിക്കൂ! ആ താപമാനത്തിൽ മാത്രമേ ഡോയ്റ്റീരിയത്തിന്റെ രണ്ടു അണുകേന്ദ്രങ്ങൾ സംയോജിച്ച് അവയിൽ ഒളിഞ്ഞിരിക്കുന്ന ഊർജ്ജം പുറത്തുവിടുകയുള്ളൂ.

എന്നാൽ അവിശ്വനീയമായ ആ ചൂടിൽ പ്രകൃതിയിലുള്ള സകല വസ്തുക്കളും ബാഷ്പീകരിക്കപ്പെട്ട് വാതകം-പ്ലാസ്മ-ആയിത്തീരുന്നു. അതിന്റെ അർത്ഥം ഡോയ്റ്റീരിയം ചൂടാക്കാനുപയോഗിക്കുന്ന യന്ത്രാവലിയും വാതകമായിത്തീരും എന്നാണോ? അതേ. അപ്പോൾ ഈ പ്രക്രിയ ഉപയോഗിക്കാൻ സാദ്ധ്യമല്ലെന്നാണോ അതിൽനിന്ന് അനുമാനിക്കേണ്ടത്? ഭാഗ്യവശാൽ അങ്ങിനെയല്ല.

കണങ്ങളും പദാർത്ഥത്തിന്റെ ചെറുകഷണങ്ങളും ചേർന്നതാണ് പ്ലാസ്മ: ഇലക്ട്രോണുകൾ, ന്യൂട്രോണുകൾ, അണുകേന്ദ്രശകലങ്ങൾ, മുഴവനേയുള്ള അണുകേന്ദ്രങ്ങൾ എന്നിവ. ഇവയെല്ലാം വൈദ്യുത -ചാർജ്ജ് ഉണ്ട്. ശാസ്ത്രജ്ഞന്മാർക്ക് അത് ഉപയോഗപ്പെടുത്താൻ കഴിയും. അതുകൊണ്ട് അവർ പ്ലാസ്മയെ ഒരു കാന്തികക്ഷേത്രത്തിൽ "പൊതിയാൻ" തീരുമാനിച്ചു.

കാന്തികക്ഷേത്രം എന്നു പറഞ്ഞാൽ എന്താണ്? അതു വിശദീകരിക്കാൻ എളുപ്പമല്ല. എങ്കിലും ഞങ്ങൾ ശ്രമിക്കാം.

നിങ്ങൾ എപ്പോഴെങ്കിലും ഒരു കാന്തം കൈയിലെടുത്തിട്ടുണ്ടാവും. ആ ലോഹക്കഷ്ണം ഇരുമ്പിന്റെ കഷണങ്ങളെ എല്ലാം അതിലേക്ക് ആകർഷിക്കുന്നു. ആണികൾ, മൊട്ടുസൂചികൾ ക്ലിപ്പുകൾ മുതലായവയെ... കാന്തം ഇരുമ്പിൽ ബലമായി "ഒട്ടിച്ചേരുന്നു."

നിങ്ങൾ വായിച്ചിട്ടുള്ള പല പുസ്തകങ്ങളിലും കാന്തവും ലോഹത്തുണ്ടുകളും കൊണ്ടുള്ള പരീക്ഷണങ്ങളെപ്പറ്റി വിവരിച്ചിട്ടുണ്ട്. ഒരു കാർഡ് ബോർഡിന്റെ കഷണത്തിൽ കുറെ ഇരുമ്പുപൊടി വിതറുക. കാർഡ് ബോർഡിന്റെ അടിയിൽ ഒരു കാന്തം കൊണ്ട് മെല്ലെ തട്ടുക. മാജിക്കുകൊണ്ടെന്നപോലെ ഇരുമ്പുപൊടി പ്രകീർണ്ണനം ചെയ്ത് വൃത്തിയുള്ള വൃത്തങ്ങൾ ചമയ്ക്കുന്നു. ഇതിൽ മാജിക് ഒന്നും ഇല്ല. കാന്തികക്ഷേത്രം ഇരുമ്പുപൊടിയിൽ പ്രവർത്തിച്ച് അവയെ സ്വന്തം ബല-രേഖകളിൽ വിതരണം ചെയ്യുന്നതാണ് നാം ഇവിടെ കാണുന്നത്.

ഒരു കാന്തത്തിനു ചുറ്റും എപ്പോഴും, അതായത് ഇരുമ്പുപൊടി ഉണ്ടെങ്കിലും ഇല്ലെങ്കിലും, ബല-രേഖകൾ ഉണ്ടായിരിക്കും. അദൃശ്യമായ ആ രേഖകളെ ഇരുമ്പു പൊടി "കാണിച്ചുതരിക" മാത്രമേ ചെയ്യുന്നുള്ളൂ. ഫോട്ടോക്കടലാസിലെ പടം ഡെവലപ്പർ

വെളിപ്പെടുത്തുന്നതുപോലെയാണ് ഇത്. ഈ രേഖകളുടെ ശൃംഖല ഓരോ ചാർജ്ജിത കണത്തേയും ഒരു നിശ്ചിതപാതയിലൂടെ സഞ്ചരിക്കാൻ നിർബ്ബന്ധിതമാക്കുന്നു. കണങ്ങൾക്ക് ഇച്ഛാനുസരണം പറന്നു നടക്കാൻ കഴിയാതാവുന്നു. കാന്തികക്ഷേത്രം പ്ലാസ്മയെ ഞെക്കി ഒരു നേർത്ത ചരട് ആക്കിത്തീർക്കുന്നു. ഈ ചരടിനും യന്ത്രാവലിയുടെ ഭിത്തികൾക്കും ഇടയിൽ ഒരു നിർവാതം ഉണ്ടാകുന്നു. അതിനാൽ ആ ഭിത്തികൾ കേടൊന്നും പറ്റാതെ സംരക്ഷിക്കപ്പെടുന്നു.

കാന്തം മറ്റൊരു തരത്തിലും പ്രയോജനപ്പെടുന്നുണ്ട്. അണുകേന്ദ്രങ്ങൾ സംയോജിച്ചു തുടങ്ങണമെങ്കിൽ അവ വളരെയധികം ഉണ്ടായിരിക്കണം. ഇങ്ങനെയാകുമ്പോൾ അവയ്ക്ക് പരസ്പരം കണ്ടുപിടിക്കാൻ എളുപ്പമാണ്. കാന്തികക്ഷേത്രം അണുകേന്ദ്രങ്ങളെ മുഴുവൻ ശേഖരിച്ച് ഒരു "കൂനയാക്കുന്നു." അതിനുള്ളിൽ അവ കൂട്ടിമുട്ടുകയും സംയോജിക്കുകയും ഊർജ്ജം പുറത്തുവിടുകയും ചെയ്യുന്നു. എന്നാൽ....

എന്നാൽ ഇപ്പോൾ ഇതെല്ലാം ഒരു സ്വപ്നം മാത്രമാണ്. ഡോയ്റ്റീരിയം വേണ്ട താപമാനം വരെ ചൂടാക്കാനും അതിലെ ഊർജ്ജം മോചിപ്പിക്കാനും ഇന്നേവരെ ആർക്കും കഴിഞ്ഞിട്ടില്ല. സോവിയറ്റ് യൂണിയൻ "തൊകമാക്" എന്ന പേരിൽ യന്ത്രാവലികളുടെ ഒരു പരമ്പരതന്നെ ഡിസൈൻ ചെയ്യുകയും നിർമ്മിക്കുകയും ചെയ്തിട്ടുണ്ട്. ഏറ്റവും പുതിയ "തൊകമാക്" മാതൃകയ്ക്ക് ഇരുപതു ദശലക്ഷം ഡിഗ്രി സെന്റിഗ്രേഡ് വരെ ചൂടാക്കാൻ കഴിയും. അത് വേണ്ടതിന്റെ പത്തിലൊന്നേ ആകുന്നുള്ളൂ. "തൊകമാക്" യന്ത്രാവലികൾ ഇപ്പോഴും അവ ഉല്പാദിപ്പിക്കുന്നതിനേക്കാൾ കൂടുതൽ ഊർജ്ജം ഉപയോഗിക്കുകയാണു ചെയ്യുന്നത്. ഇനിയും ഗവേഷണം നടത്തുകയും അവ കൂടുതൽ വികസിപ്പിക്കുകയും ചെയ്യേണ്ടതുണ്ട്.

പ്ലാസ്മയെ നിയന്ത്രിക്കാൻ വളരെ പ്രയാസമാണ്. കാന്തികക്ഷേത്രത്തിൽ ഏറ്റവും ചെറിയ ഒരു വിള്ളലെങ്കിലുമുണ്ടോയെന്ന് അതു വാശിയോടെ സദാ അന്വേഷിച്ചുകൊണ്ടിരിക്കുന്നു. അത്തരമൊരു വിള്ളൽ കണ്ടുപിടിച്ചാലുടൻ പ്ലാസ്മ കാന്തികക്ഷേത്രത്തിൽനിന്ന് വിട്ടുപോകുന്നു. ഡോയ്റ്റീരിയം അണുകേന്ദ്രങ്ങൾ-അവയ്ക്കുവേണ്ടിയാണ് കാന്തികക്ഷേത്രം ഉണ്ടാക്കിയത്- എല്ലാ ദിശകളിലേക്കും പറന്നുപോകുന്നു. വീണ്ടും എല്ലാം തുടക്കം മുതലേ ആരംഭിക്കണം.

അണുകേന്ദ്രത്തിലുള്ള ഊർജ്ജം മോചിപ്പിക്കാനുള്ള മറ്റു മാർഗ്ഗങ്ങൾ എന്തൊക്കെയാണെന്ന് ശാസ്ത്രജ്ഞന്മാർ ആരാഞ്ഞുകൊണ്ടിരിക്കയാണ്. ഒരു ഉദാഹരണം പറയാം. ഡോയ്റ്റീരിയം-അണുക്കൾ നിറഞ്ഞ ഒരു ചെറിയ തുള്ളി ഘനജലം തണുപ്പിച്ച് കട്ടയാക്കുന്നു. മൊട്ടുസൂചിയുടെ മൊട്ടിന്റെ വലിപ്പമുള്ള ഒരു ഐസ് മണിയാണ്

കിട്ടുന്നത്. ഈ ഐസ് കഷണത്തിലേക്ക് ലാസർ-കിരണപുഞ്ജം തിരിച്ചു വിടുന്നു. അസാമാന്യ ശക്തിയോടെ ഒരു കിരണപുഞ്ജത്തെ "തൊട്ടുത്തുവിടുന്ന" വാതകം നിറഞ്ഞ ഒരു ക്രിസ്റ്റലോ നേർത്ത ഒരു കുഴലോ ആണ് ലാസർ. കിരണപുഞ്ജം "ഇടിക്കുന്നതിന്റെ" ശക്തി കൊണ്ട് ഐസ് കഷ്ണം ചൂടായി വളരെ ഉയർന്ന ഒരു താപമാനത്തിൽ എത്തുന്നു. അതിലുള്ള ഡോയ്റ്റീരിയം-അണുകേന്ദ്രങ്ങൾ സംയോജനം ചെയ്തുതുടങ്ങുകയും അവയിലെ ഊർജ്ജം പുറത്തുവിടുകയും ചെയ്യുന്നു. ഒരു ചെറിയ വിസ്ഫോടനം ഉണ്ടാകുന്നു. പിന്നീട് ലാസർ-കിരണപുഞ്ജത്തെ മറ്റൊരു ലക്ഷ്യത്തിലേക്ക് തിരിച്ചുവിടുന്നു. അതുകഴിഞ്ഞ് മറ്റൊന്നിലേക്ക്... വിസ്ഫോടനങ്ങൾ ഒന്നിനു പിറകെ ഒന്നായി ഉണ്ടായിക്കൊണ്ടിരിക്കുന്നു. ഓരോ വിസ്ഫോടനവും ഒരു ചെറിയ അളവിൽ മാത്രമേ ഊർജ്ജം മോചിപ്പിക്കുന്നുള്ളു. എന്നാൽ എല്ലാം കൂടിചേരുമ്പോൾ വളരെയാകും വേണ്ടത്ര ഊർജ്ജം ലഭിക്കണമെങ്കിൽ ചുരുങ്ങിയത് അണുകേന്ദ്ര-ഇന്ധനം അടങ്ങിയ ഇരുപത് ഐസ് മണികളെങ്കിലും ഓരോ സെക്കണ്ടിലും വിസ്ഫോടനം ചെയ്യണമെന്ന് ശാസ്ത്രജ്ഞന്മാർ കണക്കാക്കിയിട്ടുണ്ട്.

ഐസിൽ നിന്നു ലഭിക്കുന്ന ഊർജ്ജം ദ്രവ-ലിഥിയം ചൂടാക്കാൻ ഉപയോഗിക്കുന്നു. ലിഥിയം ഒരു ലോഹമാണ്. ലിഥിയം ആ ചൂട് സാധാരണ വെള്ളത്തിലേക്കു പകരുന്നു. വെള്ളം ആവിയാകുന്നു. ആവി ഒരു ടർബൈനിലേക്കു കടത്തിവിടുന്നു.

അണുകേന്ദ്രങ്ങളുടെ ഈ സംയോജനത്തെ തെർമോന്യൂക്ലിയർ റിയാക്ഷൻ അഥവാ താപ-അണുകേന്ദ്രീയ-അഭിക്രിയ എന്നു വിളിക്കുന്നു. അതിഭീമമായ ഉയർന്ന താപമാനത്തിൽ അതു നടക്കുന്നതു കൊണ്ടാണ് ഈ പേരു കൊടുത്തിരിക്കുന്നത്. (200,000,000 ഡിഗ്രി സെന്റിഗ്രേഡ് അത്ര ചെറിയ കാര്യമല്ലെന്ന് നിങ്ങളും സമ്മതിക്കുമല്ലോ!) ലാറ്റിനിൽ "തെർമോ" എന്ന വാക്കിന്റെ അർത്ഥം "ഇളം ചൂടുള്ളത്" എന്നോ "ചൂടുള്ളത്" എന്നോ ആണ്.

ഈ അഭിക്രിയകൾ പ്രകൃതിയിൽ സർവ്വസാധാരണമാണ്, എന്നാൽ ഭൂമിയിൽ അത് അങ്ങിനെയല്ല. തങ്ങൾ മനുഷ്യരാണെന്ന് മനുഷ്യർ മനസ്സിലാക്കുന്നതിനു മുമ്പുതന്നെ അവർ താപ-അണുകേന്ദ്രീയ-ഊർജ്ജം ഉപയോഗിച്ചുതുടങ്ങി. നമ്മുടെ തലയ്ക്കു മുകളിൽ കോടാനുകോടി വർഷങ്ങളായി ഒരു താപ-അണുകേന്ദ്രീയ റിയാക്ടർ തൂങ്ങിക്കിടക്കുന്നുണ്ട്-

സൂര്യന്റെ അന്തർഭാഗത്തിന്റെ അഗാധതയിൽ കോടാനുകോടി വർഷങ്ങളായി അവിരാമമായ താപ-അണുകേന്ദ്രീയ-അഭിക്രിയ നടന്നുകൊണ്ടിരിക്കയാണ്. ഇക്കാലമത്രയും ഊർജ്ജത്തിന്റെ

അതിശക്തമായ ഒരു പ്രവാഹം ഭൂമിയിൽ പതിച്ചുകൊണ്ടിരിക്കയാണ്.

ഇത്തരം പ്രാകൃതിക റിയാക്റ്ററുകൾ- നക്ഷത്രങ്ങൾ-ആകാശത്തിൽ മുഴുവൻ ഉണ്ട്. എന്നാൽ അവ വളരെ വളരെ അകലെയായതിനാൽ അവയുടെ ഊർജ്ജം ഭൂമിയിൽ എത്തുന്നില്ലെന്നുതന്നെ പറയാം. അത് അനന്തമായ ബഹിരാകാശത്ത് നഷ്ടപ്പെടുന്നു.

വളരെയധികം ഊർജ്ജം തരുന്നു എന്നത് മാത്രമല്ല താപ-അണുകേന്ദ്രീയ-അഭിക്രിയയുടെ മെച്ചം. അതിന്റെ രണ്ടാമത്തെ പ്രധാനഗുണം അത് വെടിപ്പുള്ളതാണ് എന്നതാകുന്നു.

താപ-അണുകേന്ദ്രീയ-ഊർജ്ജം വിദ്യുച്ഛക്തിയായി മാറ്റപ്പെടാൻ സാദ്ധ്യതയുണ്ട്. അത്തരം നിലയങ്ങളുടെ പേരെന്തായിരിക്കണമെന്നുപോലും ഇതേവരെ ആരും ആലോചിച്ചിട്ടില്ല. എങ്കിലും അവ ഉണ്ടാക്കപ്പെടുമെന്ന് ഉറപ്പു പറയാം. അതിന് വളരെക്കാലം കാത്തിരിക്കേണ്ടിവരില്ല

* * *

ഹൈഡ്രജൻ ഉപയോഗപ്പെടുത്തിക്കൊണ്ടുള്ള മറ്റൊരു പ്രധാന പദ്ധതിയെപ്പറ്റി പറയാം. പെട്രോളിനു പകരം അത് ഉപയോഗിക്കാനാണ് ഉദ്ദേശ്യം. അതിന് ചുരുങ്ങിയപക്ഷം രണ്ടു കാരണങ്ങളെങ്കിലും ഉണ്ട്

ഒന്നാമത്തെ കാരണം നിങ്ങൾക്കറിയാം. എഞ്ചിനുകളിൽ പെട്രോൾ കത്തിക്കുന്നത് വളരെ പണച്ചിലവുള്ള കാര്യമാണ്. വിശ്വോത്തര റഷ്യൻ രസതന്ത്രജ്ഞനായ മെൻഡെലേയെവ് അതേപ്പറ്റി പറഞ്ഞിട്ടുള്ളത് അത് കറൻസി നോട്ടുകൊണ്ട് അടുപ്പിൽ തീയെരിക്കുന്നതുപോലെയാണെന്നാണ്. അതു സത്യമാണ്. ഇപ്പോൾ അക്കാര്യം നമുക്ക് കൂടുതൽ കൂടുതൽ ബോദ്ധ്യമായിക്കൊണ്ടിരിക്കയാണ്. എണ്ണയിൽനിന്ന് ഉപയോഗമുള്ള അനേകം ഉല്പന്നങ്ങൾ ഉണ്ടാക്കാമെന്ന് നേരത്തേ പറഞ്ഞല്ലോ. തുണിത്തരങ്ങളും മരുന്നുകളും കവിയാറും അതിൽനിന്നുണ്ടാക്കാം. അതിനു പകരം നാം അത് പെട്രോളും, മണ്ണെണ്ണയുമാക്കി കത്തിച്ചുകളയുകയാണ്. ഒരിക്കലും നിർമ്മിക്കപ്പെടാത്ത ഷർട്ടുകളും, യന്ത്രഭാഗങ്ങളും, മരുന്നുകളും ഭക്ഷണ പദാർത്ഥങ്ങളുമാണ് നാം കത്തിച്ചുകളയുന്നത്.

ഇനി രണ്ടാമത്തെ കാരണം പറയാം. എണ്ണ ഉല്പന്നങ്ങൾ കത്തിക്കുമ്പോൾ ഉണ്ടാകുന്ന അവശിഷ്ടങ്ങൾ അന്തരീക്ഷത്തെ മലിനമാക്കുന്നുവെന്ന് തെളിയിക്കപ്പെട്ടിട്ടുണ്ട്. നാം അവ കത്തിക്കുന്നിടത്തോളം കാലം അന്തരീക്ഷം കൂടുതൽ കൂടുതൽ മലിനമായിക്കൊണ്ടിരിക്കും.

ഒരു കാർ ഒരു വർഷംകൊണ്ട് ഒരു ടൺ മലിനപദാർത്ഥങ്ങൾ വായുവിൽ കലർത്തുന്നു. ഇത് പ്രകൃതിക്ക് വലിയ ദോഷം ചെയ്യും. സൂര്യകിരണങ്ങളെ അവ തടുത്തുനിർത്തുകയും വലിയ നഗരങ്ങളിലെ വായു ദൂഷിപ്പിക്കുകയും ചെയ്യുന്നു.

ഇന്ന് ലോകത്തിലെ റോഡുകളിൽ 250 ദശലക്ഷത്തിൽക്കൂടുതൽ കാറുകൾ ഓടുന്നുണ്ട്. ആയിരക്കണക്കിന് വിമാനങ്ങൾ ആകാശത്തിൽ പറന്നുകൊണ്ടിരിക്കുന്നു. ആയിരക്കണക്കിന് കപ്പലുകൾ സമുദ്രത്തിലൂടെ സഞ്ചരിക്കുന്നു. ഈ കാറുകളോരോന്നും വിമാനങ്ങളോരോന്നും, കപ്പലുകൾ ഓരോന്നും അന്തരീക്ഷ മലിനീകരണം നടത്തിക്കൊണ്ടിരിക്കയാണ്.

എന്നാൽ തൽക്കാലം നമുക്ക് മറ്റു മാർഗ്ഗങ്ങളൊന്നുമില്ല. ഇപ്പോൾ എണ്ണയേയും പെട്രോളിനേയും കാൾ മെച്ചപ്പെട്ട ഇന്ധനം ഇല്ല.

കൂടുതൽ നല്ല ഇന്ധനം ഒരിക്കലും ഉണ്ടായിരിക്കയില്ലെന്ന് ഇതിന് അർത്ഥമില്ല. ഹൈഡ്രജൻ ഒരു നല്ല ഇന്ധനമായിരിക്കും. ഹൈഡ്രജനും ഓക്സിജനുംകൂടിയോജിപ്പിച്ചാൽ വെള്ളമുണ്ടാകുകയും ഊഷ്മാവ് പുറത്തുവരികയും ചെയ്യുമെന്ന് സുപ്രസിദ്ധ റഷ്യൻ പ്രകൃതിശാസ്ത്രജ്ഞനായ ലൊമോനോസൊവ്(1711-1765) വളരെക്കാലം മുമ്പുതന്നെ മനസ്സിലാക്കി.

ശാസ്ത്രജ്ഞന്മാരും എഞ്ചിനീയർമാരും ഇതിൽ തല്പരരായി. ഹൈഡ്രജൻ ഒന്നാന്തരം ഒരു ഇന്ധനമായിരിക്കുമെന്ന് പലരും വിശ്വസിച്ചു. ഒന്നാമത് ഭൂമിയിലെ കടലുകളിലും സമുദ്രങ്ങളിലുമായി ഹൈഡ്രജന്റെ തീരാത്ത ഒരു നിചയം ഉണ്ട്. രണ്ടാമത് ഹൈഡ്രജൻ കത്തുമ്പോൾ മലിനീകരണം ഉണ്ടാകുന്നില്ല. അത് ഓക്സിജനുമായി യോജിക്കുമ്പോൾ വെള്ളമാണ് ഉണ്ടാകുന്നത്. അതിനാൽ ഏറ്റവും വെടിപ്പുള്ള ഇന്ധനം ഹൈഡ്രജനാണ്. "ഹൈഡ്രജൻ" എഞ്ചിനുകളുടെ നിർവാത പൈപ്പുകളിലൂടെ പുറത്തുവരുന്നത് നിർദ്ദോഷമായ ആവിയായിരിക്കും.

എല്ലാത്തരം പരിവഹനത്തിനും, വ്യവസായത്തിനും വീടുചൂടാക്കുന്നതിനും വിദ്യുച്ഛക്തി ഉല്പാദിപ്പിക്കുന്നതിനും ഹൈഡ്രജൻ ഇന്ധനം ഉപയോഗിക്കാം. അസംസ്കൃത എണ്ണയിൽ നിന്ന രാസപ്രക്രിയ വഴിയാണ് ഇപ്പോൾ നൈഡ്രജൻ ഉദ്പാദിപ്പിക്കുന്നത്. ഈ പ്രക്രിയ ചിലവുകൂടിയതും ഉല്പാദനം കുറഞ്ഞതുമാണ്. വളരെ കുറച്ചു ഹൈഡ്രജൻ മാത്രമേ അങ്ങിനെ ഉല്പാദിപ്പിക്കപ്പെടുന്നുള്ളൂ. എന്നാൽ മറ്റൊരു രീതിയുണ്ട്. വൈദ്യുത രീതി, വിദ്യുത്-അപഘടനം എന്നാണ് അത് അറിയപെടുന്നത്.

വെള്ളത്തിലൂടെ ഒരു ശക്തമായ വിദ്യുത്ധാര കടത്തിവിടുന്നു.

അത് വെള്ളത്തെ ഹൈഡ്രജനും മറ്റു ഘടകങ്ങളുമായി പിരിക്കുന്നു. ഹൈഡ്രജൻ ഭാരംകുറഞ്ഞ വാതകമാണ്. അതിനാൽ ഹൈഡ്രജൻ ഉപരിതലത്തിലേക്കുയർന്ന് വെള്ളത്തിൽ നിന്നു “പുറത്തു ചാടുന്നു.” അതിനെ “പിടിച്ച്” ടാങ്കുകളിൽ ശേഖരിക്കുന്നു. ഈ പ്രക്രിയക്ക് ഒരുപാടു വിദ്യുച്ഛക്തി ആവശ്യമാണ്. അതിനാൽ ഇഷ്ടംപോലെ വിദ്യുച്ഛക്തി നമ്മുടെ കൈവശം ഉണ്ടെങ്കിൽ മാത്രമേ ഗണ്യമായ തോതിൽ ഹൈഡ്രജൻ ഉല്പാദിപ്പിക്കാൻ കഴിയുകയുള്ളു. അണു-വൈദ്യുതനിലങ്ങളും, താപ-അണുകേന്ദ്രീയ-വൈദ്യുതനിലയങ്ങളും പൂർണ്ണമായി പ്രവർത്തിപ്പിച്ചുതുടങ്ങിയതാൽ മാത്രമേ അതു സാദ്ധ്യമാകൂ.

അപ്പോൾ നിലവിൽവരുന്ന ശൃംഖല ഇതാണ്. അണുകേന്ദ്രീയ -അഭിക്രിയ->വിദ്യുച്ഛക്തി->വിദ്യുത്-അപഘടനം->ഹൈഡ്രജൻ, എഞ്ചിനുകൾക്കുള്ള ഇന്ധനം.

ഈ ശൃംഖല പ്രവർത്തനം നടത്തുമ്പോൾ എങ്ങിനെ ഇരിക്കും എന്നുപോലും ശാസ്ത്രജ്ഞന്മാർ വിഭാവനം ചെയ്തിട്ടുണ്ട്. കടലുകളിലും സമുദ്രങ്ങളിലും ഒഴുകിനടക്കുന്ന അണു-വൈദ്യുതനിലയങ്ങൾ നിർമ്മിക്കപ്പെടും. അവയിൽനിന്നും ലഭിക്കുന്ന വിദ്യുച്ഛക്തി ഹൈഡ്രജൻ ഉല്പാദിപ്പിക്കാൻവേണ്ടി ഉപയോഗിക്കും. ഹൈഡ്രജൻ പമ്പുചെയ്ത് കുഴലുകൾവഴി കരയിലേക്കയക്കപ്പെടും. ഭാരം കുറഞ്ഞ ഈ വാതകം ഫാക്ടറികളിൽ വെച്ച് ദ്രവരൂപത്തിലാക്കപ്പെടും കുഴലുകൾ വഴിയോ ടാങ്കുകളിൽ നിറച്ചോ ദ്രവ്യരൂപത്തിലുള്ള ഹൈഡ്രജൻ ആവശ്യക്കാർക്ക് എത്തിച്ചുകൊടുക്കാം.

എന്നാൽ അത് നാം വിചാരിക്കുന്നത്ര ലളിതമല്ല. ദ്രവ-ഹൈഡ്രജൻ സാധാരണ ചൂടിൽത്തന്നെ വളരെവേഗം ബാഷ്പീഭവിക്കും. അതിനാൽ അതു സൂക്ഷിക്കുന്ന ടാങ്ക് അമർത്തി അടച്ചിരിക്കണം. അപ്പോൾ മറ്റൊരു കുഴപ്പമുണ്ട്. അടപ്പിനടിയിൽ ഒരുപാട് ഹൈഡ്രജൻ ആവി സഞ്ചയിക്കപ്പെട്ടുകയും ടാങ്ക് വിസ്ഫോടനം ചെയ്യുകയും ചെയ്യും. അതുകൊണ്ട് ഹൈഡ്രജൻ തുറന്ന ടാങ്കുകളിൽ സൂക്ഷിക്കണം. ഒരു വിസ്ഫോടനം ഒഴിവാക്കുകയും അതേസമയം കഴിയുന്നത്ര ഹൈഡ്രജൻ പിടിച്ചു നിർത്തുകയും ചെയ്യാൻ ആവശ്യം വേണ്ടത്ര മാത്രമേ അതു തുറന്നിരിക്കാൻ പാടുള്ളു എന്നതാണ് അതിന്റെ രഹസ്യം. ഹൈഡ്രജൻ നഷ്ടപ്പെടുന്നത് കഴിയുന്നതും കുറയ്ക്കാൻ വേണ്ടി ഹൈഡ്രജനെ പൂജ്യത്തിനു താഴെ ഇരുനൂറോ ഇരുനൂറ്റമ്പതോ സെന്റിഗ്രഡ് ഡിഗ്രിവരെ തണുപ്പിക്കണം. അത്തരം ഒരു “തർമോസ്” ഉണ്ടാക്കാൻ വളരെ പ്രയാസമാണ്. ഒരു സാധാരണ പെട്രോൾ ടാങ്കിനേക്കാൾ വലിയ സംഭരണടാങ്ക് ഉണ്ടാക്കാൻ നിവൃത്തിയില്ലാത്ത മോട്ടോർ വാഹനങ്ങളുടെ കാര്യത്തിൽ ഇത് പ്രത്യേകിച്ചും ദുഷ്കരമാണ്.

***

നാം ഇതേവരെ ചർച്ചചെയ്ത കാര്യങ്ങളൊക്കെ ധൃതിയിൽ ഒന്നുകൂടി പരിശോധിച്ചു നോക്കിയിട്ട് നമുക്ക് ചില നിഗമനങ്ങളി ലെത്തിച്ചേരാം.

ഊർജ്ജം ലഭിക്കാനുള്ള രണ്ടു രീതികളെപ്പറ്റി നാം പഠനം നടത്തി.

ഇന്ധനം ആധാരമാക്കിയുള്ളതാണ് ആദ്യത്തെ രീതി. ഇന്ധ ത്തിൽ രാസ-ഊർജ്ജം അടങ്ങിയിട്ടുണ്ട്. നാം ഇന്ധനം കത്തിക്കു മ്പോൾ ഈ രാസ-ഊർജ്ജത്തെ നമ്മൾ താപീയ-ഊർജ്ജമായി മാറ്റുന്നു. ഇന്ധനത്തെ ആധാരമാക്കിയുള്ള രീതിയാണ് ഇപ്പോൾ ഏറ്റവും കൂടുതൽ ഉപയോഗിക്കപ്പെടുന്നത്.

അണു-ഊർജ്ജത്തിന്റെ അഥവാ അണുകേന്ദ്ര-ഊർജ്ജത്തിന്റെ സംഭരണശാലയായ ആറ്റത്തിന്റെ അണുകേന്ദ്രത്തെ ആധാരമാക്കി യുള്ളതാണ് രണ്ടാമത്തെ രീതി. നാം അണുകേന്ദ്രത്തെ പിളർക്കു മ്പോൾ അണുകേന്ദ്ര-ഊർജ്ജത്തെയും താപീയ-ഊർജ്ജത്തെയും താപീയ-ഊർജ്ജമായി മാറ്റുന്നു. അനതിവിദൂര ഭാവിയിൽ അണുകേ ന്ദ്ര സംയോജനം വഴിയും നമുക്ക് ഊർജ്ജം ലഭിക്കും. അണുകേന്ദ്ര ത്തെ ആധാരമാക്കിയ രീതി ഇനിയും മുഖ്യസ്ഥാനത്തെത്തിയിട്ടില്ല. എങ്കിലും ഭാവിയിൽ ഊർജ്ജം ലഭിക്കാനുള്ള ഏറ്റവും പ്രധാനപ്പെട്ട രീതി അതായിരിക്കുമെന്നതിനു സംശയമില്ല.

ഈ രണ്ടു രീതിയിലും ഒഴിച്ചുകൂടാനാവാത്ത കണ്ണി ഊഷ്മാവാണ്, അതായത് താപീയ-ഊർജ്ജം. ഇന്ധനത്തെ ആധാരമാക്കിയ രീതിയിലും അണുകേന്ദ്ര-രീതിയിലും അതിനെ ഒഴിവാക്കാൻ മനു ഷ്യർക്കു സാദ്ധ്യമല്ല. ഒരിക്കലും അതു സാധിക്കുമെന്നും തോന്നുന്നില്ല.

എന്നാൽ ഈ രണ്ടു രീതികൾ മാത്രമല്ല നമുക്കുള്ളത്. മനുഷ്യരാ ശിക്ക് ഊർജ്ജത്തിന്റെ സ്രോതസ്സുകൾ വേറെയും ഉണ്ട്. അതിനാൽ അതു ലഭിക്കാൻ വേറെ രീതികളുമുണ്ട്. ചിലത് ചിരകാലമായി നാം ഉപയോഗിച്ചുപോരുന്നു. ചിലതിനെപ്പറ്റി നാം അന്വേഷിച്ചു തുടങ്ങി യിട്ടേയുള്ളൂ.

വെള്ളത്തിലെ ഊർജ്ജത്തെ നാം എങ്ങിനെ പ്രയോജനപ്പെടുത്തുന്നു?

താഴെപ്പറയുന്ന കാഴ്ച നിങ്ങൾ ഒരുപക്ഷേ കണ്ടിട്ടുണ്ടാവും. ഒരു മരത്തൊട്ടിയിൽ നിന്ന് വെള്ളത്തിന്റെ ഒരു പ്രവാഹം ദലങ്ങളുള്ള ഒരു ചക്രത്തിലേക്കു പതിച്ചുകൊണ്ടിരിക്കുന്നു. ചക്രം കറങ്ങുകയും പരന്ന ഒരു വലിയ കല്ലിനെ-തിരികല്ലിനെ-കറക്കിക്കൊണ്ടിരിക്കുകയും ചെയ്യുന്നു. കല്ലിന്റെ മധ്യത്തിൽ ഒരു ദ്വാരമുണ്ട്. അതിലേക്ക് ധാന്യം വന്നുവീഴുന്നു. കല്ല് ചലിക്കാത്ത ഒരു അടിത്തറയുടെ മേലാണ് തിരിഞ്ഞുകൊണ്ടിരിക്കുന്നത്. കല്ലു തിരിയുമ്പോൾ ധാന്യം പൊടിയുന്നു. ധാന്യപ്പൊടി ചാക്കുകളിലേക്കു വീഴുന്നു. മനുഷ്യരാശിയെ അനേകം നൂറ്റാണ്ടുകൾ "തീറ്റി" യിട്ടുള്ള പേരുകേട്ട ജലചാലിത മില്ലാണ് ഇത്.

മറ്റൊരു യന്ത്രവും നിങ്ങൾ കണ്ടിരിക്കും. വണ്ണമുള്ള തടികൊണ്ടുണ്ടാക്കിയ ഒരു അക്ഷദണ്ഡ് ഒരു ജലചാലിത ചക്രത്തിൽനിന്ന് ഉന്തിനില്ക്കുന്നു. ഈ അക്ഷദണ്ഡിൽ ദന്തുര ചക്രങ്ങളുണ്ട്. ചക്രങ്ങൾ ഡ്രില്ലു തിരിക്കുകയോ, ചുറ്റിക പൊക്കുകയോ കൊല്ലന്റെ ഉല ഊതുകയോ ചെയ്യുന്നു. ഇത് ഒരു ചെറിയ ഫാക്ടറിയാണ്. ഒരു യാന്ത്രിക വർക്ക്ഷോപ്പ്.

ആ മില്ലിൽ ധാന്യം പൊടിക്കുന്നു. വർക്ക്ഷോപ്പിൽ പാകെട്ടിയ വഞ്ചികൾക്ക് നംങ്കൂരങ്ങളും, കുതിരലാടങ്ങളും ഉണ്ടാക്കുന്നു. ഈ ചെറുകിട സ്ഥാപനങ്ങൾ വിവിധതരം ജോലികൾ ചെയ്യുന്നു. വിവിധതരം യന്ത്രങ്ങൾ അവിടെ പ്രവർത്തിക്കുന്നുണ്ട്. എന്നാൽ ഈ യന്ത്രങ്ങൾ പ്രവർത്തിപ്പിക്കാനുള്ള ഊർജ്ജം ലഭിക്കുന്നത് ഒരേ സ്രോതസ്സിൽനിന്നാണ്- ജലത്തിൽനിന്ന്.

വെള്ളത്തിന്റെ ഊർജ്ജം അതിന്റെ ചലനത്തിൽനിന്നാണ് ഉണ്ടാകുന്നത്. നിശ്ചലജലത്തിന് ചക്രം തിരിക്കാൻ കഴിയുകയില്ല. അതിനുവേണ്ടി നാം എത്ര ശ്രമിച്ചാലും ഫലമുണ്ടാകുകയില്ല.

എന്നാൽ ഇക്കാര്യം മനുഷ്യർക്ക് അറിയാൻ പാടില്ലാത്ത ഒരു

കാലമുണ്ടായിരുന്നു. മധ്യയുഗത്തിൽ മെക്കാനിക്കുകൾക്കു മത്സരം നടത്താനായി വെനീസിൽ ഒരു പ്രത്യേക കുളമുണ്ടാക്കി. ആ കുളത്തിലെ നിശ്ചലജലത്തെക്കൊണ്ട് പണിയെടുപ്പിക്കാൻ അവർ ശ്രമിച്ചുകൊണ്ടിരുന്നു. എന്നാൽ എത്ര ശ്രമിച്ചിട്ടും എന്തൊക്കെ ചെയ്തിട്ടും ഫലമുണ്ടായില്ല. ഈ പരാജയത്തിനുള്ള കാരണം എന്തെന്ന് പലരും പല രീതിയിൽ വിശദീകരിച്ചു. വെള്ളത്തിനു തണുപ്പു കൂടുതലാണെന്ന് ഒരു കൂട്ടർ പറഞ്ഞു. അതല്ല വെയിലിനു ചൂടു കൂടുതലായതുകൊണ്ടാണെന്ന് മറ്റൊരു കൂട്ടർ വാദിച്ചു. എന്നാൽ മുഖ്യകാരണം ഇതൊന്നുമായിരുന്നില്ല. വെള്ളം ഒഴുകുന്നില്ല എന്നതായിരുന്നു അത്...

നമ്മുടെ നദികൾ എവിടുന്നു വരുന്നു. എങ്ങോട്ടു പോകുന്നു? അവ മലകളുടേയും പർവ്വതങ്ങളുടേയും മുകളിൽനിന്ന് താഴോട്ടൊഴുകി താണ പ്രദേശങ്ങളിലും അവസാനം കടലിലും എത്തുന്നു. അവയെ ചലിപ്പിക്കുന്നത് എന്താണ്? ഈ ഭീമമായ ജലപിണ്ഡങ്ങളെ ആയിരക്കണക്കിനു കിലോമീറ്റർ ദൂരെയുള്ള കടലുകളിലേക്കും സമുദ്രങ്ങളിലേക്കും തള്ളിവിടുന്ന ശക്തി ഏതാണ്? ഈ ചോദ്യത്തിനുള്ള ഉത്തരം നമുക്കറിയാം. ഗുരുത്വ-കർഷണം. വെള്ളം ഗ്ലാസിൽനിന്ന് കവിഞ്ഞൊഴുകുന്നത് എപ്പോഴും നിലത്തേക്കാണല്ലോ.

അപ്പോൾ മറ്റൊരു ചോദ്യം പൊന്തിവരുന്നു. മുകളിൽനിന്നു താഴോട്ടു മാത്രം ഒഴുകാൻ കഴിവുള്ള വെള്ളം മലമുകളിൽ എങ്ങിനെ എത്തുന്നു? അതിനെ മുകളിലേക്കു പമ്പുചെയ്തു കയറ്റുന്ന വൻശക്തി ഏതാണ്? സൂര്യനാണ് ആ പമ്പ്.

കല്ലും മണ്ണും മരങ്ങളും മാത്രമല്ല സൂര്യകിരണങ്ങളേറ്റ് ചൂടാകുന്നത്. സൂര്യകിരണങ്ങൾ സമുദ്രത്തിലേയും കടലുകളിലേയും തടാകങ്ങളിലേയും വെള്ളത്തേയും ചൂടാക്കുന്നു. വെള്ളം ആവിയായി വായുമണ്ഡലത്തിൽ വളരെ മുകളിലേക്ക് ഉയരുന്നു. ഇങ്ങനെ ഉയരുന്ന ആവി കോടാനുകോടി ടൺ ജലം ഓരോ മിനിട്ടിലും മുകളിലെത്തിച്ചുകൊണ്ടിരിക്കുകയാണ്. വായുവിന്റെ തണുത്ത സ്തരങ്ങളിലെത്തുമ്പോൾ ആ ആവി വീണ്ടും വെള്ളമായിത്തീരുന്നു. ജലകണികകൾ മഴയായോ മഞ്ഞായോ ഭൂമിയൽ പതിക്കുന്നു. ഇവിടെ അവ അരുവികളും പുഴകളുമായി വീണ്ടും കടലിലേക്കൊഴുകുന്നു. അങ്ങിനെ ചക്രം പൂർണ്ണമാകുന്നു....

ഈ മഹത്തായ ചലനത്തെ പ്രകൃതിയിലെ ജലചക്രം എന്നുവിളിക്കുന്നു.

അനേകായിരം വർഷങ്ങളായി ജലം മനുഷ്യരാശിക്കുവേണ്ടി പണിയെടുത്തിട്ടുള്ളതുപോലെ ഇപ്പോഴും പണിയെടുത്തുകൊണ്ടിരിക്കുന്നു.

എന്നാൽ ധാന്യം പൊടിക്കാനും കൊല്ലന്റെ ഉല ഊതാനും മാത്രമല്ല അതുപകരിക്കുന്നത്. ഇപ്പോൾ അതിന്റെ മുഖ്യജോലി വിദ്യുച്ഛക്തി ഉല്പാദിപ്പിക്കുക എന്നതാണ്.

അണകെട്ടി പുഴയെ തടഞ്ഞുനിർത്തുന്നു. പൈപ്പുപോലിരിക്കുന്ന, വലിയ മൂടികളോടുകൂടിയ അനേകം വാഹികകൾ അണക്കെട്ടിൽ ഉണ്ടാക്കപ്പെടുന്നു. ഓരോ പൈപ്പിലും ദലങ്ങളുള്ള ഓരോ ചക്രമുണ്ട് -ഒരു ഹൈഡ്രോളിക് ടർബൈൻ, ലളിതമായി പറഞ്ഞാൽ ഒരു ജല-ടർബൈൻ. ഈ ടർബൈൻ, ഈ ടർബൈനെ ഒരു ഷാഫ്റ്റ് ഒരു വൈദ്യുത-ജനറേറ്ററുമായി ഘടിപ്പിക്കുന്നു.

അണക്കെട്ട് വെള്ളത്തിന്റെ ഒഴുക്കിനെ തടസ്സപ്പെടുത്തുമ്പോൾ വെള്ളം പൊങ്ങിത്തുടങ്ങുന്നു. ജലം കൂടുതൽ കൂടുതൽ ഉയരുന്നതനുസരിച്ച് കൂടുതൽ കൂടുതൽ ഊർജ്ജം അതിൽ സഞ്ചയിക്കുന്നു. പൈപ്പിന്റെ മൂടി തുറക്കപ്പെടുമ്പോൾ വെള്ളം ടർബൈനിന്റെ നേരെ പാഞ്ഞുചെന്ന് അസാമാന്യശക്തിയോടെ അതിന്റെ ദലങ്ങളിൽ ഇടിക്കുന്നു. ടർബൈൻ കറങ്ങിത്തുടങ്ങും. അതോടൊപ്പം വൈദ്യുത-ജനറേറ്റർ തിരിഞ്ഞുതുടങ്ങുകയും വിദ്യുത്ധാര ഉണ്ടാവുകയും ചെയ്യുന്നു.

അണക്കെട്ട്, ടർബൈനുകൾ, ജനറേറ്ററുകൾ എന്നിവയെല്ലാം കൂടി ജലവൈദ്യുതനിലയം എന്നു പറയുന്നു.

സോവിയറ്റ് യൂണിയനിൽ ധാരാളം വെള്ളമുള്ള അനേകം വൻനദികൾ ഉണ്ട്. സോവിയറ്റ് യൂണിയന്റെ യൂറോപ്യൻ പ്രദേശത്തുള്ള വോൾഗ, ദ്നീപ്പർ, കാമ മുതലായ എല്ലാ പ്രധാനനദികളും ഇപ്പോൾത്തന്നെ വിദ്യുച്ഛക്തി ഉല്പാദിപ്പിക്കുന്നുണ്ട്. വോൾഗാനദിയിൽ വൈദ്യുതനിലയങ്ങളുടെ ഒരു കാസ്കേഡ് തന്നെ നിർമ്മിക്കപ്പെട്ടിരിക്കുന്നു. (ഓരേ നദിയിൽ ഒന്നിനു പിറകെ മറ്റൊന്നായി അനേകം വൈദ്യുതനിലയങ്ങൾ ഉണ്ടായിരിക്കുന്നതിനെയാണ് കാസ്കേഡ് എന്നു പറയുന്നത്.) ദ്നീപ്പർനദിയിലും അനേകം വൈദ്യുതനിലയങ്ങളുണ്ട്.

സൈബീരിയൻ നദികളിൽ ഉപയോഗപ്പെടുത്താത്ത ഊർജ്ജം ധാരാളം ഉണ്ട്. അതിനാൽ ആ ഭീമമായ നദികളെപ്പോലെതന്നെ ഭീമമായ വൈദ്യുതനിലയങ്ങളും അവിടെ നിർമ്മിച്ചിരിക്കുന്നു. സൈബീരിയയിൽ യെനിസേയ് നദീതീരത്തുള്ള സയാനൊ-ഷൂഷെൻസ്കോയെ വൈദ്യുതനിലയമാണ് ലോകത്തിലെ ഏറ്റവും വലിയ വൈദ്യുതനിലയം. ചെങ്കുത്തായ വശങ്ങളുള്ള ഒരു അഗാധമായ മലയിടുക്കിലാണ് അതു നിർമ്മിച്ചിരിക്കുന്നത്. ഉയർന്ന ഒരു സിമന്റ് അണക്കെട്ട് യെനിസേയ് നദിക്കു കുറുക്കെ കെട്ടിയിരിക്കുന്നു. അവിടെ പത്ത് ഹൈഡ്രോ-അഗ്രിഗേറ്റുകൾ ഉണ്ട്. ഒരു ജല-ടർബൈനും ഒരു വൈദ്യുത-ജനറേറ്ററും ചേർന്നതാണ് ഒരു ഹൈഡ്രോ-അഗ്രിഗേറ്റ്.

ഒരു ജല-വൈദ്യുതനിലയം നിർമ്മിക്കാൻ വളരെയേറെ പണച്ചിലവുണ്ട്. എന്നാൽ അത് ഉല്പാദിപ്പിക്കുന്ന ഊർജ്ജമാണ് ലഭ്യമായതിൽവച്ച് ഏറ്റവും വിലകുറഞ്ഞത്. കാരണം അതിന്റെ സ്രോതസ്സ് "വെറുതെ" കിട്ടുന്നു. സൂര്യനാണ് ആ ഉറവിടം. സൂര്യൻ ഒരു പമ്പിന്റെ ജോലി നിർവ്വഹിക്കുന്നുവെന്ന് മുമ്പ് പറഞ്ഞത് ഓർമ്മയുണ്ടോ?

എന്നാൽ സൂര്യൻ മാത്രമല്ല വെള്ളത്തിന് ഊർജ്ജം നൽകുന്നത്. നമ്മുടെ "നിശാസൂര്യനായ" ചന്ദ്രനും ഇതേ ജോലി നിർവ്വഹിക്കുന്നുണ്ട്. ചന്ദ്രൻ വെള്ളത്തെ ചൂടാക്കുകയോ ആവി മുകളിലേക്കുയർത്തുകയോ ചെയ്യുന്നില്ല. ചന്ദ്രന്റെ ഗുരുത്വ-കർഷണമാണ് പ്രവർത്തിക്കുന്നത്,

എല്ലാ ഖഗോള-വസ്തുക്കൾക്കും ഗുരുത്വ-കർഷണമുണ്ടെന്ന് അറിയാമല്ലോ. അതിന്റെ ശക്തി ആ വസ്തുവിന്റെ ഭാരത്തെ, കൂടുതൽ കൃത്യമായി പറഞ്ഞാൽ അതിന്റെ പിണ്ഡത്തെ ആശ്രയിച്ചാണിരിക്കുന്നത്. പിണ്ഡം എത്ര കൂടുതലുണ്ടോ അത്ര കൂടുതൽ ശക്തിയോടെ അത് ചുറ്റുമുള്ള എല്ലാറ്റിനേയും തന്നിലേക്ക് വലിക്കും. വസ്തുക്കൾ തമ്മിലുള്ള ദൂരം കൂടുന്നതിനനുസരിച്ച് ഗുരുത്വ-കർഷണം ദുർബ്ബലപ്പെടുന്നു. അവ അടുത്തടുത്താണെങ്കിൽ ഗുരുത്വ-കർഷണം ശക്തമായിരിക്കും.

ബഹിരാകാശത്തെ നമ്മുടെ ഏറ്റവും അടുത്ത അയൽക്കാരനായ ചന്ദ്രൻ ഭൂമിയേയും അവിടെയുള്ള സർവ്വതിനേയും ശക്തിയായി തന്നിലേക്ക് വലിച്ചുകൊണ്ടിരിക്കുന്നു. ചന്ദ്രൻ ഒരു സ്ഥലത്ത് നില്ക്കുകയല്ല. അതു ഭൂമിയെ ചുറ്റിക്കൊണ്ടിരിക്കുകയാണ്. ഇങ്ങനെ സഞ്ചരിച്ചുകൊണ്ടിരിക്കെ അതിനടിയിൽ ഉള്ള വസ്തുക്കളെ അത് "പൊക്കിയെടുക്കുന്നു" കരയിൽ ഇത് അറിയാൻ കഴിയുന്നില്ല. എന്നാൽ സമുദ്രങ്ങളുടെ വിശാലതയിൽ അത് ഒരു തരംഗം സൃഷ്ടിക്കുന്നു. അതു തികച്ചും ഗോചരമാണ്. ദിവസവും രണ്ടു തവണ, കൃത്യ സമയത്ത് എല്ലാ സമുദ്രങ്ങളിലും കടലുകളിലും ഈ തരംഗം ഉയരുന്നു. അളവറ്റ ജലപിണ്ഡങ്ങൾ ശാന്തമായി ഉയരുകയും അതുപോലെതന്നെ ശാന്തമായി താഴുകയും ചെയ്യുന്നു. കടൽത്തീരങ്ങളിൽ വേലിയേറ്റവും വേലിയിറക്കവും ഉണ്ടാകുന്നു.

ചാന്ദ്രതരംഗങ്ങളിൽ വളരെയധികം ഊർജ്ജമുണ്ട്. ലോകത്തിലുള്ള സകല ജലവൈദ്യുതനിലയങ്ങളും ഒരുമിച്ച് ഉല്പാദിപ്പിക്കുന്നതിനേക്കൾ നൂറിരട്ടി ഊർജ്ജം അവയിലുണ്ട്. എന്നാൽ ഈ ഊർജ്ജം സമുദ്രങ്ങളുടെ വിശാലതകളിൽ ചിതറിക്കിടക്കുകയാണ്.

അത് "പിടിച്ചെടുക്കാൻ" സാദ്ധ്യമല്ല. ശാന്തസമുദ്രത്തിന്റെ നടുക്ക് ആര് ജലവൈദ്യുതനിലയം പണിയും? എങ്കിലും അതിന്റെ ചെറിയ ഒരു ഭാഗം "പിടിച്ചെടുക്കാൻ" നമുക്കു കഴിയും. ആ ഊർജ്ജം

“പിടിച്ചെടുക്കുന്നത്” താഴെ പറയുന്ന രീതിയിലാണ്. ഇടുങ്ങിയ മുഖമുള്ള ഒരു ഉൾക്കടൽ കണ്ടുപിടിക്കുന്നു. അതിന്റെ ഇടുങ്ങിയ ഭാഗത്ത് അണ കെട്ടുന്നു. ആ അണകെട്ടിൽ ടർബൈനുകളും ജനറേറ്ററുകളും സ്ഥാപിക്കുന്നു. വേലിയേറ്റവും വേലിയിറക്കവും ഉണ്ടാകുമ്പോൾ വെള്ളം ടർബൈനുകളിൽ കയറുകയും അവ കറക്കുകയും ചെയ്യുന്നു.

ജലം സാധാരണയായി മൂന്നോ നാലോ മീറ്ററാണ് ഉയരുന്നത്. എന്നാൽ അത് ഒരു കെട്ടിടത്തിന്റെയത്ര ഉയരുന്ന ഇടങ്ങളും ഉണ്ട്. വെള്ളം കൂടുതൽ ഉയരത്തിൽ പൊങ്ങുന്നതിനനുസരിച്ച് കൂടുതൽ ശക്തിയോടെ അത് ടർബൈന്റെ ദലങ്ങളെ ഇടിക്കുകയും തൽഫലമായി കൂടുതൽ ഊർജ്ജം ലഭിക്കുകയും ചെയ്യുന്നു. ഓഹോത്ത്സ്ക്ക് കടലിന്റെ വടക്കുഭാഗത്ത് പെൻഷീനാനദി കടലിൽ പതിക്കുന്നിടത്ത് ഒരു പടുകൂറ്റൻ വേലാ-വൈദ്യുതനിലയം ഉണ്ടാക്കാൻ കഴിയുമെന്ന് സോവിയറ്റ് ശാസ്ത്രജ്ഞന്മാർ കരുതുന്നു.

കടൽത്തീരത്തെ ആദ്യത്തെ വൈദ്യുതനിലയങ്ങൾ ഫ്രാൻസിലും സോവിയറ്റ് യൂണിയനിലും നിർമ്മിക്കപ്പെട്ടു കഴിഞ്ഞു. കോലാ ഉപദ്വീപിൽ ഉണ്ടാക്കപ്പെട്ട വൈദ്യുതനിലയം വേണ്ടത്ര ഊർജ്ജം ഉണ്ടാക്കുന്നില്ല എന്നത് ശരിതന്നെ. എങ്കിലും കിഴക്കും വടക്കുമുള്ള കടൽതീരങ്ങളിൽ പുതിയ വേലാ-വൈദ്യുതനിലയങ്ങൾ ഉണ്ടാക്കുന്നതിനുള്ള വിപുലമായ ഒരു പദ്ധതി സോവിയറ്റ് ശാസ്ത്രജ്ഞന്മാർ ആവിഷ്കരിച്ചിട്ടുണ്ട്. വടക്കൻ പ്രദേശങ്ങളിൽ വർഷം ചെല്ലുന്തോറും കൂടുതൽ കൂടുതൽ ഊർജ്ജം ആവശ്യമായിക്കൊണ്ടിരിക്കയാണ്. അവിടെ വേണ്ടത്ര ഊർജ്ജം നൽകാൻ വേലാ-വൈദ്യുതനിലങ്ങൾക്കു കഴിയും.

***

നിശ്ചലജലത്തെക്കൊണ്ട് പണിയെടുപ്പിക്കാൻ ശ്രമിച്ചിരുന്ന മധ്യകാല മെക്കാനിക്കുകളെപ്പറ്റി മുമ്പു പറഞ്ഞത് ഓർമ്മയുണ്ടോ? അവർ പരാജയപ്പെടുകയാണു ചെയ്തതെന്നും നിങ്ങൾക്കറിയാം. എന്നാൽ അതേ കാര്യം ചെയ്യാൻ സോവിയറ്റ് ശാസ്ത്രജ്ഞന്മാർ ഒരു പദ്ധതി കണ്ടുപിടിച്ചിട്ടുണ്ട്.

കടലിലോ വലിയ തടാകത്തിലോ ഒരു വലിയ സിലിണ്ടർ ഇറക്കുന്നു. സിലിണ്ടറിന്റെ അടുപ്പിൽ ഗയിറ്റുകളുള്ള ഒന്നോ അതിലധികമോ പൈപ്പുകൾ സ്ഥാപിച്ചിട്ടുണ്ട്. പൈപ്പുകളുടെ ഉള്ളിൽ ഹൈഡ്രോ-അഗ്രിഗേറ്റുകൾ ഉണ്ട്. ഗയിറ്റുകൾ തുറക്കുമ്പോൾ പൈപ്പുവഴി സിലിണ്ടറിനുള്ളിലേക്ക് വള്ളം കയറുന്നു. ആ വെള്ളം ടർബൈനിലൂടെയാണ് കടന്നുവരുന്നത്. അപ്പോൾ ടർബൈൻ കറങ്ങിത്തുടങ്ങും. സിലിണ്ടർ നിറയുന്നതുവരെ ടർബൈൻ കറങ്ങിക്കൊണ്ടിരിക്കും.

പിന്നീട് അഗ്രിഗേറ്റുകളുടെ പ്രവർത്തനം നിലയ്ക്കും.

എപ്പോഴും പ്രവർത്തിക്കുകയില്ലെങ്കിൽ പിന്നെ ഇത്തരം നിലയങ്ങൾ ഉണ്ടാക്കുന്നതെന്തിനാണ്? അതു പറയാം. അതിരാവിലെ മുതൽ ഫാക്ടറികൾ പ്രവർത്തിച്ചുതുടങ്ങും. വൈകുന്നേരം വീടുകളിലേയും നിരത്തുകളിലേയും വിളക്കുകളെല്ലാം കത്തിക്കൊണ്ടിരിക്കുകയും ടെലിവിഷൻ സെറ്റുകൾ പ്രവർത്തിച്ചുകൊണ്ടിരിക്കുകയുംമറ്റും ചെയ്യുന്നു. കാലത്തും വൈകിട്ടും വളരെയധികം ഊർജ്ജം ആവശ്യമുണ്ട്. എന്നാൽ രാത്രി അതിക്രമിച്ചുകഴിയുമ്പോൾ വളരെ കുറച്ച് ഊർജ്ജമേ ആവശ്യമുള്ളൂ.

കാലത്തും വൈകിട്ടും ജലവൈദ്യുതനിലയങ്ങളിലെ എല്ലാ ജനറേറ്ററുകളും പൂർണ്ണമായും പ്രവർത്തിച്ചുകൊണ്ടിരിക്കും എങ്കിലും ഊർജ്ജം ആവശ്യത്തിനു തികയുന്നില്ല. രാത്രിയിൽ അഗ്രിഗേറ്റുകൾ മിക്കവയും പ്രവർത്തനം നിർത്തുന്നു. അവയിൽനിന്നുള്ള ഊർജ്ജം അപ്പോൾ ആവശ്യമില്ല.

ഏറ്റവും തിരക്കുള്ള സമയത്തു കരയിലുള്ള വൈദ്യുതനിലയങ്ങളെ സഹായിക്കാൻ വെള്ളത്തിനിടയിലുള്ള വൈദ്യുതനിലയങ്ങൾക്കു കഴിയും. എന്നാൽ രാത്രി അവയിലെ സിലിണ്ടറുകളിൽനിന്ന് വെള്ളം പമ്പുചെയ്തു പുറത്തു കളഞ്ഞാലേ പകൽ അവയെ പ്രവർത്തിപ്പിക്കാൻ കഴിയൂ. രാത്രിയിൽ വൈദ്യുതപമ്പുകൊണ്ട് അതു ചെയ്യാൻ ഒരു പ്രയാസവുമില്ല. രാത്രികാലങ്ങളിൽ കരയിലുള്ള വൈദ്യുതനിലയങ്ങളിൽ വിദ്യുച്ഛക്തി ബാക്കിയുണ്ടായിരിക്കും. അങ്ങിനെ വെള്ളത്തിനടിയിലുള്ള നിലയങ്ങൾ വിദ്യുച്ഛക്തിയുടെ ഒരു കരുതൽ നിചയമായി വർത്തിക്കുന്നു.

ഇന്ധനമോ ജലമോ സ്വയം ഊർജ്ജത്തെ സൃഷ്ടിക്കുന്നില്ലെന്ന് നിങ്ങൾക്ക് ഇതിനകം മനസ്സിലായിരിക്കുമല്ലോ. അവ സൂര്യന്റെ ഊർജ്ജത്തിന്റെ "സംഭരണികൾ" മാത്രമാണ്.

അവയെ ഒഴിവാക്കാൻ നമുക്കു കഴിയുമോ? സൂര്യനിൽനിന്ന് നേരിട്ട് ഊർജ്ജം എടുക്കാൻ കഴിയുമോ? കഴിയും. തുടർന്നു വായിക്കുമ്പോൾ അതെങ്ങിനെയെന്ന് നിങ്ങൾക്കു മനസ്സിലാകും.

സൂര്യ കിരണ പുഞ്ജങ്ങളിലെ ഊർജ്ജം

"എന്നെന്നും സൂര്യപ്രകാശം ഉണ്ടായിരിക്കട്ടെ" എന്നാണ് കുട്ടികളുടെ ഒരു സുപ്രസിദ്ധഗാനം തുടങ്ങുന്നത്. നല്ല വെളിച്ചവും ചൂടും ഉള്ള കാലാവസ്ഥ ഉല്ലാസപ്രദമാണ് നീന്താം, വെയിൽ കായാം. സ്വാദും മധുരവുമുള്ള പഴവർഗ്ഗങ്ങൾ അപ്പോൾ സുലഭമാണ്.

എന്നാൽ വെയിൽ കായാൻ മാത്രമല്ല സൂര്യൻ ഉപകരിക്കുന്നത്. സൂര്യനെക്കൊണ്ടുള്ള ഏറ്റവും ചെറിയ പ്രയോജനമാണ് അത്. വളരെ പ്രധാനപ്പെട്ട പല ജോലികളും സൂര്യനു ചെയ്യാനുണ്ട്.

ഭൂമിയിൽ ജീവനുള്ള എല്ലാ വസ്തുക്കളുടേയും അടിസ്ഥാനമാണ് സൂര്യൻ. പൂമൊട്ടുകൾ വിടരുന്നതും ഫലങ്ങളും ധാന്യങ്ങളും വിളഞ്ഞു പാകമാകുന്നതും മരങ്ങൾ ആകാശത്തിലേക്ക് ശിഖരങ്ങൾ ഉയർത്തുന്നതും മണ്ണിൽ പുല്ല് പച്ചപ്പരവതാനി നിവർത്തുന്നതും സൂര്യകിരണങ്ങളുടെ സഹായത്താലാണ്.

എന്നാൽ വെള്ളമില്ലാത്ത മരുഭൂമികളിൽ പൊള്ളിക്കുന്ന സൂര്യകിരണങ്ങളേറ്റ് മണൽച്ചുട്ടുപഴുക്കുകയും കല്ലുകൾ വിണ്ടുകീറുകയും ചെയ്യുന്നു. ജീവദായകമായ സൂര്യകിരണങ്ങൾ അവിടെ വിനാശകരമായി ഭവിക്കുന്നു.

"ആവശ്യമില്ലാത്ത" സൗരോർജ്ജം മരുഭൂമികളിൽ മാത്രമല്ല ഉള്ളത്. സൂര്യന്റെ ഓരോ കിരണവും ഒരു പുൽനാമ്പിലോ ഇലയിലോ എത്തിച്ചേരുന്നില്ല. സൂര്യൻ നിരത്തിലെ ആസ്ഫാൾട്ടും വീടുകളുടെ മേൽക്കൂരയും ചൂടാക്കുന്നു. ഈ "വേണ്ടാത്ത" ഊർജ്ജം എങ്ങിനെ പ്രയോജനപ്പെടുത്താമെന്ന് മനുഷ്യർ ആരാഞ്ഞുതുടങ്ങിയിട്ട് വളരെക്കാലമായി.

പലതരത്തിലുള്ള സൗര-ഉപകരണങ്ങളും ഉണ്ടാക്കപ്പെട്ടു. ആവർധക-ലെൻസാണ് അക്കൂട്ടത്തിൽ ഏറ്റവും ലളിതം. അത് സൂര്യപ്രകാശത്തെ കേന്ദ്രീകരിച്ച് ഒരു നേർത്ത കിരണമാക്കുന്നു. ആ കിരണത്തിന് ഒരു മരച്ചീളിൽനിന്നോ കടലാസിൽ നിന്നോ പുകയുയർത്താൻ കഴിയുന്നു. ലെൻസു എത്ര വലുതാണോ അത്രയും

കൂടുതൽ ശക്തമായിരിക്കും സൂര്യപ്രകാശംകൊണ്ടുള്ള ഈ സൂചി. നിങ്ങളുടെ ട്രൗസറിൽ ഒരു തുളയുണ്ടാക്കാൻ ഒരു ചെറിയ ലെൻസു മതി. തെളിഞ്ഞ ഒരു ദിവസം ചായപ്പാത്രത്തിലെ വെള്ളം തിളപ്പിക്ക ണമെങ്കിൽ ഒരു ട്രാക്ടറിന്റെ ചക്രത്തോളം വലിപ്പമുള്ള ഒരു ലെൻസ് വേണം. ഒരു വീപ്പ വെള്ളം തിളപ്പിക്കണമെങ്കിലോ? വളരെ വളരെ വലിയ ഒരു ലെൻസ് തീർച്ചയായും വേണ്ടിവരും.

എന്നാൽ സൂര്യന്റെ ഊർജ്ജം പിടിച്ചെടുക്കാനുള്ള ഏറ്റവും നല്ല മാർഗ്ഗം ഇതല്ല.

ബഹിരാകാശനൗകകൾക്ക് വിദ്യുച്ഛക്തി നൽകുന്ന സൗര-ബാറ്ററികളെപ്പറ്റി നിങ്ങൾ കേട്ടിരിക്കും. ഒരുപക്ഷേ നിങ്ങൾ അവയുടെ സ്കെച്ചുകൾ കണ്ടിട്ടുണ്ടെന്നും വരാം. ചിറകുകളുടെ ആകൃതിയിലുള്ള തുറന്ന അഴികൾ പോലെയാണ് അവ. അവ പ്രത്യേകതരം പദാർത്ഥംകൊണ്ടാണ് ഉണ്ടാക്കിയിരിക്കുന്നത്. അർദ്ധചാലകങ്ങൾകൊണ്ട്. സൗര-കണങ്ങളുടെ ആഘാതങ്ങളിൽനിന്ന് അവ വിദ്യുച്ഛക്തി ഉണ്ടാക്കുന്നു.

കാറിലെ ബാറ്ററിപോലുള്ള സാധാരണ ബാറ്ററികളെ ചാർജ്ജ് ചെയ്യാനാണ് ഇപ്പോൾ സൗര-ബാറ്ററികൾ ഉപയോഗിക്കുന്നത്. അതിനാൽ ബഹിരാകാശനൗകകളിൽ എപ്പോഴും വിദ്യുച്ഛക്തി ഉണ്ടായിരിക്കും.

സൗര-ബാറ്ററികൾ ഇനിയും വളരെ നന്നായി പ്രവർത്തിച്ചുതുടങ്ങിയിട്ടില്ല. അവ പിടിച്ചെടുക്കുന്ന സൗരോർജ്ജത്തിന്റെ പത്തിലൊരംശം മാത്രമേ ഇപ്പോൾ വിദ്യുച്ഛശക്തിയായി മാറ്റപ്പെടുന്നുള്ളൂ. അതിനാൽ വിദ്യുചഛക്തി ലഭിക്കാൻ മറ്റു മാർഗ്ഗങ്ങളൊന്നും ഇല്ലാത്ത ബഹിരാകാശത്തിൽ മാത്രമേ ഇപ്പോൾ അവ ഉപയോഗിക്കപ്പെടുന്നുള്ളൂ.

എന്നാൽ ഇപ്പോഴത്തെക്കാൾ വെറും മൂന്നിരട്ടി മെച്ചമായി സൗര-ബാറ്ററികൾ പ്രവർത്തിച്ചു തുടങ്ങിയാൽ നമുക്ക് അവ ഭൂമിയിൽത്തന്നെ ഉപയോഗിക്കാൻ കഴിയും. മരുഭൂമികളിൽ സൗര-വൈദ്യുത നിലയങ്ങൾ ഉണ്ടാക്കാം. മരുഭൂമിയിലെ ചുട്ടുപഴുത്ത മണൽപ്പരപ്പ് ഒരു വലിയ അർദ്ധചാലകീയ പുതപ്പുകൊണ്ട് മൂടാൻ കഴിയും. സൂര്യകിരണങ്ങൾ അവയുടെ ഊർജ്ജം ഈ "പുതപ്പിന്" നൽകും. ആ ഊർജ്ജം വിദ്യുത്ധാരയായി മാറ്റപ്പെടും. ഈ വിദ്യുത്ധാര നിലയങ്ങളിൽ സംഭരിച്ച് വൈദ്യുതകമ്പികൾ വഴി വീടുകളിലും സ്കൂളുകളിലും ഫാക്ടറികളിലും എത്തിക്കാം.

എന്നാൽ സൂര്യൻ നമുക്ക് അയച്ചുതരുന്ന ഊർജ്ജം മുഴുവൻ ഭൂമിയുടെ ഉപരിതലത്തിൽ എത്തുന്നില്ല. നമ്മുടെ ഗ്രഹം ഇടതൂർന്ന

വായുമണ്ഡലത്തിന്റെ കനത്ത ഒരു സ്തരം കൊണ്ടും മേഘങ്ങൾകൊണ്ടും പൊതിയപ്പെട്ടിരിക്കുന്നു. അതുകൊണ്ട് ഒരു "അർദ്ധചാലകീയ" വൈദ്യുതനിലയം ബഹിരാകാശത്തേക്ക് വിക്ഷേപിക്കുവാൻ ശാസ്ത്രജ്ഞന്മാർ തയ്യാറാവുകയാണ്. ബഹിരാകാശത്തിൽ സൂര്യകിരണങ്ങളെ തടസ്സപ്പെടുത്താൻ ഒന്നുമില്ല. ഈ സ്റ്റേഷനിൽ ഉല്പാദിപ്പിക്കുന്ന വിദ്യുച്ഛക്തി ശക്തമായ ഒരു റേഡിയോതരംഗ-പുഞ്ജമാക്കി മാറ്റി ഭൂമിയിലേക്ക് അയയ്ക്കപ്പെടും. ഭൂമിയിൽ വെച്ച്, ഈ പുഞ്ജം വീണ്ടും വിദ്യുത്ധാരയായി മാറുന്നു.

ശാസ്ത്രജ്ഞന്മാർ ഇനിയും ഒരു "സൗര" പ്രോജക്ടിനെപ്പറ്റി ആലോചിച്ചുകൊണ്ടിരിക്കയാണ്. പ്രകൃതിതന്നെ കണ്ടുപിടിച്ച ഒന്നാണത്.

ജന്തുക്കൾക്കും ചെടികൾക്കും ഊർജ്ജം തരുന്ന സ്രോതസ്സാണ് സൂര്യൻ എന്ന് നിങ്ങൾക്ക് അറിയമല്ലോ. വൃക്ഷലതാദികളുടെ ഇലകളും പുൽനാമ്പുകളും ആർത്തിയോടെ സൂര്യകിരണങ്ങളെ ആഗിരണം ചെയ്യുന്നു. അവയുടെ ഊർജ്ജം സസ്യകോശങ്ങളിലെ പദാർത്ഥങ്ങളെ മറ്റു പദാർത്ഥങ്ങളാക്കി മാറ്റുന്നു. അവ ഊർജ്ജം സഞ്ചയിക്കുന്നു. അത് സൗരോർജ്ജമല്ല, രാസ-ഊർജ്ജമാണ്. റൊട്ടി തിന്നുമ്പോഴും പാലുകുടിക്കുമ്പോഴും ഈ ഊർജ്ജം നമ്മൾ ഉപയോഗിക്കുന്നു. മനുഷ്യർക്ക് ആഹാരവും ഊർജ്ജത്തിന്റെ ഒരു ഉറവിടമാണ്. സസ്യങ്ങൾക്ക് സൂര്യൻ ഊർജ്ജത്തിന്റെ സ്രോതസ്സായിരിക്കുന്നതുപോലെതന്നെയാണ് അത്.

സസ്യങ്ങളെപ്പോലെ സൂര്യനെ ഉപയോഗപ്പെടുത്താനുള്ള വിദ്യ അവയിൽ നിന്നു പഠിക്കാൻ കഴിഞ്ഞാൽ നന്നായിരിക്കും. അപ്പോൾ നമുക്ക് കൃത്രിമ "കോശഫാക്ടറികൾ" ഉണ്ടാക്കാൻ കഴിയും. അവ ജീവനുള്ള കോശങ്ങളെക്കാൾ കോടാനുകോടി മടങ്ങ് ബലമുള്ളതായിരിക്കും.

അപ്പോൾ മരുഭൂമികളിലും ധാരാളം സൂര്യപ്രകാശമുള്ള മറ്റെവിടെയും ഊർജ്ജത്തിന്റെ വലിയ വയലുകൾ ഉണ്ടാക്കാൻ കഴിയും. ഒന്നു സങ്കല്പിച്ചുനോക്കൂ. ചൂടുള്ള തെക്കൻ സൂര്യന്റെ കീഴിൽ മരുഭൂമിയിലെ മണലിലൂടെ സുതാര്യമായ പൈപ്പുകൾ വളഞ്ഞുപുളഞ്ഞു പോകുന്നു. ജൈവലായനികൾ, രസതന്ത്രജ്ഞരുടെ ഭാഷയിൽ പറഞ്ഞാൽ കാർബണിക ലായനികൾ, നദികൾപോലെ ആ പൈപ്പിലൂടെ ഒഴുകുന്നു. സസ്യകോശങ്ങളിൽ കാണുന്ന അതേ ലായിനികളാണ് അത്. അവ ആർത്തിയോടെ സൂര്യകിരണങ്ങളെ ആഗിരണം ചെയ്യുന്നു. അപ്പോൾ പുതിയ പദാർത്ഥങ്ങൾ ഉണ്ടാകുന്നു. രാസ-ഊർജ്ജംകൊണ്ട് ചാർജിതമായ പദാർത്ഥങ്ങളാണ് അവ. പമ്പുകൾ ആ ലായനികളെ ഫാക്ടറികളിലേക്ക് പമ്പുചെയ്തു വിടുന്നു.

അവിടെ അവയെ പല അരിപ്പകളിലൂടെ കടത്തിവിട്ട് അവയിലെ ഊർജ്ജം നിറഞ്ഞ ഘടകങ്ങൾ വേർതിരിച്ചെടുക്കുന്നു. ഇങ്ങനെ ഒരു "വിളവെടുപ്പ്" നടത്തിയശേഷം ലായനിയിൽ ആവശ്യമായ പദാർത്ഥങ്ങൾ കലർത്തിയിട്ട് വീണ്ടും അതിനെ ഊർജ്ജം തേടാൻ അയയ്ക്കുന്നു.

അനാദികാലം മുതലേ മനുഷ്യർ ഏതാണ്ട് ഇതേ കാര്യമാണ് ചെയ്തുവരുന്നത്. മണ്ണിൽ വിത്തിടുന്നു, അതു മുളച്ചുവളർന്ന് വിളഞ്ഞു പാകമാകുകയും സൂര്യകിരണങ്ങളിൽ നിന്ന് പോഷകപദാർത്ഥങ്ങൾ അതിന്റെ കോശങ്ങളിൽ സഞ്ചയിക്കുകയും ചെയ്യുന്നു. അപ്പോൾ ആ ചെടി പറിച്ചെടുത്ത് അതിലെ വിത്തുകൾ അടുത്ത കൃഷിക്കുവേണ്ടി സൂക്ഷിച്ചുവയ്ക്കുന്നു. ഒന്നുകിൽ സസ്യങ്ങളുടെ "മുകൾ ഭാഗം"(ഗോതമ്പ്, നെല്ല്, തക്കാളി) അല്ലെങ്കിൽ അവയുടെ "വേരുകൾ"(ഉരുളക്കിഴങ്ങ്, മുള്ളങ്കി, ബീറ്റ്റൂട്ട്) മനുഷ്യർ ഭക്ഷിക്കുന്നു. മുമ്പ് പറഞ്ഞതുപോലെ അവയിൽനിന്ന് ഊർജ്ജം നിറഞ്ഞ ഉല്പന്നങ്ങൾ ലഭിക്കുന്നു.

കൃത്രിമ "സൗര-വയലുകൾക്ക്" വളരെയേറെ സ്ഥലം ആവശ്യമാണ്. ഭൂമിയിൽ അതിനു വേണ്ടത്ര സ്ഥലമുണ്ട്. ആഫ്രിക്കയിലെ സഹാറാ മരുഭൂമിയും ഏഷ്യയിലെ ഗോബി മരുഭൂമിയും സോവിയറ്റ് യൂണിയനിലെ കാരകം മരുഭൂമിയും അതിന് ഉപയോഗിക്കാവുന്നതാണ്.

"സൗര-തോട്ടങ്ങളിൽ" നിന്ന് മനുഷ്യരാശിക്ക് വളരെയേറെ ഊർജ്ജം ലഭിക്കാൻ സാദ്ധ്യതയുണ്ടോ? ഉണ്ട്. ഇപ്പോൾ നാം ഉപയോഗിക്കുന്ന മുഴുവൻ ഇന്ധനത്തിൽനിന്നും കിട്ടുന്നതിന്റെ അറുപതിരട്ടി ഊർജ്ജം ലഭിക്കാൻ സാദ്ധ്യതയുണ്ട്. ഇന്ധനത്തിന്റേയും അണുകേന്ദ്രത്തിന്റേയും നിചയത്തോട് ഒരു സൗരനിചയം കൂടി "കൂട്ടിച്ചേർത്തതുകൊണ്ട്" പ്രകൃതിയിൽ യാതൊരു ദോഷഫലവും ഉണ്ടാകുന്നില്ല. സൗരോർജ്ജം വായുമണ്ഡലത്തെയോ ജലത്തെയോ, മണ്ണിനെയോ മലിനീകരിക്കുന്നില്ല.

ചൂടുള്ള ദിക്കിൽനിന്ന് തണുത്ത സ്ഥലങ്ങളിലേക്ക് ഊർജ്ജം കൊണ്ടുവരികയാണെങ്കിൽ മനുഷ്യർക്ക് കാലാവസ്ഥയെ നിയന്ത്രിക്കാൻ കഴിയും. നമ്മുടെ ഗ്രഹത്തിലെ ജീവിതസൗകര്യങ്ങൾ ഇപ്പോഴത്തെക്കാൾ കൂടുതൽ മെച്ചപ്പെടും.

വളരെ നല്ല കാര്യം, അല്ലേ? പക്ഷേ ഇതൊക്കെ വെറും സ്വപ്നങ്ങൾ മാത്രമാണോ? തൽക്കാലം അതങ്ങിനെയാണ്. എന്നാൽ ശാസ്ത്രജ്ഞന്മാർ ഇതിനകംതന്നെ ജോലി തുടങ്ങിയിട്ടുണ്ട്. ഈ പ്രശ്നം കാര്യമായി പരിഗണിക്കപ്പെട്ടാൽ, സൗര വയലുകൾ അധികം ദൂരെയയിരിക്കയില്ല.

ഭൂമി-ഒരു വൈദ്യുതനിലയം

"പയനിയർ ബഹിരാകാശനൗകയുടെ നിയന്ത്രണപാനലിലെ സൂചകത്തിലെ ചുവന്ന ലൈറ്റ് തെളിഞ്ഞു. ഉടൻ തന്നെ ജാഗ്രത-സിഗ്നൽ മുഴങ്ങിത്തുടങ്ങി. ഡ്യൂട്ടിപൈലറ്റ്, നൗകയിലെ കംപ്യൂട്ടറുമായി ബന്ധിപ്പിക്കുന്ന കമ്മ്യൂണിക്കേഷൻ ബട്ടൺ അമർത്തി. അക്ഷോഭ്യമായ ഒരു ഇലക്ട്രോണിക് ശബ്ദം പറഞ്ഞു: "ഒരു അജ്ഞാതവസ്തു നേരെ മുമ്പിലുണ്ട്. ദൂരം ഒന്നര പാർസെക്സ്. വസ്തു ഒരു വൃത്തീയ കക്ഷ്യയിലൂടെ ഇരുനൂറായിരം കിലോമീറ്റർ വ്യാസമുള്ള ഒരു നക്ഷത്രത്തിനു ചുറ്റും ചലിച്ചുകൊണ്ടിരിക്കയാണ്. കൂടുതൽ വിവരങ്ങൾ പിന്നാലെ..." പൈലറ്റ് മൈക്രഫോണിലൂടെ അറിയിച്ചു: 'കമാണ്ടർ, പ്രധാന കൺട്രോൾ റൂമിൽ വന്നുചേരാൻ അപേക്ഷ.' ഒരു അജ്ഞാത വസ്തു, ഒരു നിഗൂഢ നക്ഷത്രം, ഒരു അജ്ഞാത ലോകവുമായുള്ള കൂടിക്കാഴ്ച, പര്യടനസംഘത്തെ കാത്തിരുന്നു..."

ഭാവി ബഹിരാകാശ യാത്രകളെപ്പറ്റി വിവരിക്കുന്ന ഏതൊരു പുസ്തകത്തിലും ഇതുപോലുള്ള എന്തെങ്കിലും ഒരു വിവരണം ഉണ്ടായിരിക്കും. പുല്ലിന് മഞ്ഞനിറവും ആകാശത്തിന് കറുപ്പുനിറവും ഉള്ള ഒരു പുതിയ ഗ്രഹത്തെപ്പറ്റിയും നിഗൂഢമായി മിന്നിത്തിളങ്ങിക്കൊണ്ടിരിക്കുന്ന നക്ഷത്രങ്ങളെപ്പറ്റിയും വായിക്കാം. എല്ലാ നിഗൂഢതകളും ബഹിരാകാശത്തിൽ ഒളിഞ്ഞിരിക്കുകയാണെന്ന് അവ വായിക്കുന്നവർക്കു തോന്നിപ്പോകും. എന്നാൽ വളരെ പ്രധാനപ്പെട്ട, ഒരുപക്ഷേ ഏറ്റവും പ്രധാനപ്പെട്ട, നിഗൂഢത പതിയിരിക്കുന്നത് നമ്മുടെ കാൽക്കീഴിലാണ്-ഭൂമിയുടെ അന്തർഭാഗത്തിന്റെ അഗാധതയിൽ.

ഭൂമിക്കു മുകളിൽ നൂറുകണക്കിനു കിലോമീറ്റർ ഉയരത്തിൽ പറന്നെത്താൻ മനുഷ്യനു സാധിച്ചിട്ടുണ്ട്. മനുഷ്യൻ ചന്ദ്രനിൽ എത്തിയിട്ടുണ്ട്. ചൊവ്വയിലേക്കും ശുക്രനിലേക്കും ഓട്ടമാറ്റിക് സ്റ്റേഷനുകൾ അയച്ചിട്ടുണ്ട്.

എങ്കിലും ഭൂമിയുടെ ഉള്ളിലേക്ക് വളരെ ദൂരം ആണ്ടിറങ്ങാൻ ഇനിയും നമുക്കു കഴിഞ്ഞിട്ടില്ല. ഭൂമിയുടെ ഉപരിതലത്തിൽനിന്ന് ഏതാണ്ട് പതിമൂന്നിൽ പരം കിലോമീറ്റർ ആഴത്തിലേക്ക്-അതും

ചുരുക്കം ചില ഇടങ്ങളിൽ-ഒന്ന് എത്തിനോക്കാൻ മാത്രമേ നമുക്ക് കഴിഞ്ഞിട്ടുള്ളൂ. എന്നാൽ അതിലും ആഴത്തിൽ എന്താണ് നടക്കു ന്നത്? ഭൂമിയുടെ ഉള്ളിൽ എന്താണ് നടക്കുന്നത്?

കട്ടിയുള്ള പുറംതോടോടു കൂടിയ ഒരു അണ്ടിപോലെയാണ് ഭൂമി. ഈ പുറം തോടിനെ ഭൂബാഹ്യപടലം എന്നു വിളിക്കുന്നു. ഭൂമിയുടെ മധ്യം കത്തിക്കൊണ്ടിരിക്കയാണ്. ഒരു ഫർണസിനേക്കാൾ ചൂടു കൂടു തലായിരിക്കും ഭൂമധ്യത്തിൽ. ഭൂമധ്യത്തിലുള്ള സകലതും ഉരുകിയ രൂപത്തിലായിരിക്കും എന്നാണ് അതിന്റെ അർത്ഥം. ഭൂമിയുടെ ഉപരി തലത്തോട് അടുക്കുന്തോറും ചൂട് കുറഞ്ഞുകൊണ്ടിരിക്കും. എന്നാൽ ഇരുപത് കിലോമീറ്റർ അടിയിൽപ്പോലും ചൂട് വളരെ കൂടുതലാണ്. അവിടത്തെ താപമാനം 6000C ആണ്. ഉരുകിയ പിണ്ഡം ഭൂബാഹ്യ പടലത്തിൽ വലിയ മർദ്ദം ചെലുത്തിക്കൊണ്ടിരിക്കയാണ്. പുറത്തു വരാൻ അതു ശ്രമിക്കുകയാണെന്നു തോന്നും. ഭൂബാഹ്യപടലത്തിലെ വിള്ളലുകളിലൂടെ പുറത്തുവരാൻ അതിനു കഴിയാറുണ്ട്. മുകളിലേക്കു തള്ളിക്കയറുന്നതിനിടയിൽ അത് വെള്ളം കണ്ടു മുട്ടുകയാണെങ്കിൽ ആ വെള്ളം ഉടൻ തിളച്ച് ആവിയായിത്തീരുകയും ചൂടുള്ള ഉറവയായി ഭൂബാഹ്യപടലത്തിലൂടെ പുറത്തേക്കൊഴുകുകയും ചെയ്യും.

വെള്ളം ചൂടാക്കാനും തിളപ്പിക്കാനും വേണ്ടി വിലപിടിച്ച വളരെയേറെ ഇന്ധനം ചെലവഴിക്കപ്പെടുന്നു. എന്നാൽ പൈപ്പുകൾ ഉണ്ടാക്കി ഈ വെള്ളം പട്ടണങ്ങളിലും ഗ്രാമങ്ങളിലും എത്തിക്കാൽ കഴിയും. യഥാർത്ഥത്തിൽ പല പ്രദേശങ്ങളിലും അങ്ങിനെ ചെയ്യു ന്നുമുണ്ട്.

കൂടാതെ, ഭൂഗർഭത്തിലെ ആവിയും ചൂടുവെള്ളവും പൈപ്പുകൾ വഴി വൈദ്യുതനിലയങ്ങളിൽ എത്തിക്കാറുണ്ട്. ആവി ടർബൈനു കളിലേക്കു കടത്തിവിടുമ്പോൾ ടർബൈനുകൾ ചലിച്ചുതുടങ്ങും, വൈദ്യുതജനറേറ്റർ വിദ്യുച്ഛക്തി ഉല്പാദിപ്പിക്കും. ഒരു സാധാരണ താപീയ-വൈദ്യുതനിലയംപോലെയാണ് അതു പ്രവർത്തിക്കുന്നത്. എന്നാൽ ഇവിടെ ആവി ഉണ്ടാകാനുള്ള വലിയ കുട്ടകങ്ങൾ ആവശ്യ മില്ല. അവ ഭൂമിക്കടിയിൽ ഉണ്ടല്ലോ. ഇത്തരം വൈദ്യുതനിലങ്ങളെ ഭൂ-താപീയ വൈദ്യുതനിലയങ്ങൾ എന്നു വിളിക്കുന്നു. അവയ്ക്കു വേണ്ട അസംസ്കൃതപദാർത്ഥം ഭൂമിയുടെ തന്നെ ഊഷ്മാവാണ്.

സോവിയറ്റ് യൂണിയനിൽ അത്തരം ആദ്യത്തെ വൈദ്യുതനിലയം കംചാത്ക ഉപദ്വീപിലാണ് നിർമ്മിച്ചത്. 1966ൽ അത് മീൻപിടുത്ത ക്കാരുടെ വാസസ്ഥലമായ ഒസേർനയിലേയ്ക്ക് വിദ്യുച്ഛക്തിയും ചൂടും എത്തിച്ചു. വീടുകളിലും ഹരിതഭവനങ്ങളിലും ചൂടെത്തിയതോടെ അവിടെയുള്ള ജനങ്ങൾക്ക് ആണ്ടോടാണ്ട് സസ്യങ്ങൾ ലഭിച്ചുതുടങ്ങി.

ഇത്തരം വൈദ്യുതനിലയങ്ങൾ മറ്റു രാജ്യങ്ങളിലും നിർമ്മിക്കുന്നുണ്ട്. ഫ്രാൻസിൽ പാരീസ് നഗരത്തിന്റെ അടുത്തായി ചൂടുവെള്ളത്തിന്റെ ഒരു ഭൂഗർഭ തടാകം തന്നെ ഈയിടെ കണ്ടുപിടിക്കപ്പെട്ടു. ഈ വെള്ളം പാരീസിലെ വീടുകളിലേക്ക് അയയ്ക്കുന്നതാണോ വൈദ്യുത നിലയങ്ങളിലേക്ക് അയയ്ക്കുന്നതാണോ കൂടുതൽ നല്ലതെന്ന് ഇപ്പോൾ ശാസ്ത്രജ്ഞന്മാർ ആലോചിച്ചുകൊണ്ടിരിക്കയാണ്.

ഭൂഗർഭത്തിലുള്ള കട്ടകങ്ങൾ ഉപയോഗപ്പെടുത്താൻ ചൂട് ഉറവകളും തടാകങ്ങളും കണ്ടുപിടിക്കണമെന്ന് നിർബന്ധമില്ല. എൻജിനീയർമാർ അവ സ്വന്തം കൈകൾകൊണ്ട് നിർമ്മിക്കാൻ പദ്ധതിയിടുകയാണ്.

ഭൂമിയുടെ അന്തർഭാഗത്ത് വളരെ ആഴത്തിൽ, രണ്ട് ഷാഫ്റ്റുകൾ ഡ്രില്ലുചെയ്തിറക്കുന്നു. ഉപരിതലത്തിൽനിന്നും വളരെ ആഴത്തിൽ ഒരു തോടുണ്ടാക്കി അതുവഴി ഈ ഷാഫ്റ്റുകളെ പരസ്പരം കൂട്ടിയിണക്കുന്നു. ഒരു ഷാഫ്റ്റിലൂടെ ചൂടുള്ള അന്തർഭാഗത്തേക്ക് തണുത്ത വെള്ളം പമ്പുചെയ്തു വിടുന്നു. ചൂടുവെള്ളവും ആവിയും മറ്റെ ഷാഫ്റ്റുവഴി പുറത്തുവരുന്നു. ഭൂമിയുടെ ഉപരിതലത്തിനടിയിൽ എല്ലായിടത്തും ഭൂഗർഭ ഊഷ്മാവ് ഉണ്ട്: മോസ്കോനഗരത്തിനടിയിലും സഹാറമരുഭൂമിയ്ക്കടിയിലും, തുന്ദ്രാപ്രദേശത്തും അതുണ്ട്. തുന്ദ്രയിൽ."പന്ത്രണ്ടു മാസം ശീതകാലവും ബാക്കി വേനൽക്കാലവും" ആണെന്ന പഴമൊഴി നിങ്ങൾ കേട്ടിരിക്കും. അതിനാൽ ഭൂമിയുടെ ഊഷ്മാവ് മറ്റെവിടെത്തെക്കാളും കൂടുതൽ ആവശ്യം തുന്ദ്രയിലാണ്. ഇത് ഭൂമിയുടെ അന്തർഭാഗത്ത് ഒളിഞ്ഞിരിക്കുന്ന ഊർജ്ജത്തിന്റെ ഒരു ചെറിയ അംശമേയാകുന്നുള്ളൂ. അതു മുഴുവൻ പ്രയോജനപ്പെടുത്താൻ കഴിഞ്ഞാൽ മനുഷ്യരാശിക്ക് അനേകായിരം വർഷങ്ങൾ ജീവിക്കാനും പ്രവൃത്തിയെടുത്താനും വേണ്ട ഊർജ്ജം ലഭിക്കും.

എന്നാൽ ബഹിരാകാശത്തിലെത്തുന്നതിനേക്കാൾ വളരെ വളരെ ദുഷ്കരമാണ് ഈ ജോലി. ഷാഫ്റ്റുകൾ ഭൂമിയുടെ അഗാധയിലേക്ക് എത്തിനോക്കിത്തുടങ്ങിയിട്ടേയുള്ളൂ. യാന്ത്രിക-ദന്തങ്ങളുള്ള ഉരുക്കു പൈപ്പുകൾ മെല്ലെ കറങ്ങിക്കറങ്ങി ഉള്ളിലേക്കു കുറേശ്ശെ കുറേശ്ശെ ആണ്ടിറങ്ങിയാണ് ഷാഫ്റ്റുകൾ അടിയിലേക്കിറക്കുന്നത്. ഏതാനും കിലോമീറ്ററുകൾ നീളമുള്ള ഇത്തരം ഉരുക്കു പൈപ്പുകളും യാന്ത്രിക-ദന്തങ്ങളും കൂടി ചേർന്ന് ഉപകരണത്തിന് "ബിറ്റ്" എന്നാണ് പേര്. എന്നാൽ വളരെ ആഴത്തിലേക്ക് ഇറങ്ങാൻ ഇതിനു കഴിയുന്നില്ല. കാരണം അതിന്റെ നീളം കൂടുന്തോറും അതിന്റെ ഭാരം കൂടുകയും സ്വന്തം ഭാരംകൊണ്ട് അത് തകരുകയും ചെയ്യും. പുതിയ എന്തെങ്കിലും ഒരു രീതി കണ്ടുപിടിച്ചാലേ ഭൂമിയുടെ അന്തർഭാഗത്ത്

കാര്യമായ പര്യവേക്ഷണം നടത്താൻ കഴിയുകയുള്ളൂ. ഒരു പക്ഷേ ഒരു പ്രത്യേകതരം ഭൂഗർഭ വാഹനം ഉണ്ടാക്കിയാൽ അതു കഴിയുമെന്നു തോന്നുന്നു.

സോവിയറ്റ് യൂണിയനിലെ എഞ്ചിനീയർമാർ ഇത്തരം ഒരു വാഹനം ഉണ്ടാക്കിയിട്ടുണ്ട്. തുരപ്പനെലികൾ മണ്ണു തുളയ്ക്കു മാതൃക നോക്കിയാണ് അതുണ്ടാക്കിയിരിക്കുന്നത്. മൂർച്ചയുള്ള പല്ലുകൾ കൊണ്ട് മണ്ണിളക്കിയിട്ട് തല വട്ടം കറക്കി അതിലൂടെ അതിവേഗം മുമ്പോട്ടു പോവുകയാണ് തുരപ്പൻ ചെയ്യുന്നത്.

യാന്ത്രിക "തുരപ്പന്" കട്ടപ്പമുള്ള ലോഹദന്തങ്ങളും ഘൂർണ്ണനം ചെയ്യുന്ന ശക്തമായ കഴുത്തും വെടിമരുന്നുകൊണ്ട് പ്രവർത്തിക്കുന്ന ഒരെഞ്ചിനും ഉണ്ട്. പരീക്ഷണസമയത്ത് അത് വളരെ താണു, ഏകദേശം ഏഴുകിലോമീറ്റർ.

ഇത്തരം ഒരു വാഹനത്തിൽ ഭൂമിയുടെ കേന്ദ്രത്തിലേക്ക് ഒരു പര്യടനം നടത്തുന്നതിനെപ്പറ്റിയുള്ള വാർത്ത ഒരു സുപ്രഭാതത്തിൽ നമുക്ക് വൃത്താന്തപത്രത്തിൽ സയൻസ് ഫിക്ഷനിലല്ല-വായിക്കാൻ കഴിയുമെന്ന് പ്രതീക്ഷിക്കാം.

വൈദ്യുത-പേശികൾ

ഈ പുസ്തകത്തിലെ ഏതാണ്ട് എല്ലാ അധ്യായങ്ങളിലും വിദ്യുച്ഛക്തിയെപ്പറ്റി പറഞ്ഞിട്ടുണ്ടെന്ന കാര്യം നിങ്ങൾ ശ്രദ്ധിച്ചോ? താപീയ-ഊർജ്ജത്തെപ്പറ്റി പറയുമ്പോഴും അണു -ഊർജ്ജത്തെപ്പറ്റി പറയുമ്പോഴും ജലത്തിലെ ഊർജ്ജത്തെപ്പറ്റി പറയുമ്പോഴും നാം ഒടുവിൽ എത്തിച്ചേരുന്നത് ഒരു വൈദ്യുതനില യത്തിലാണ്.

താപീയ-ഊർജ്ജത്തിന്റെ മൂന്നിലൊന്നു ഭാഗം വിദ്യുച്ഛക്തി ഉല്പാദിപ്പിക്കുവാൻ വിനിയോഗിക്കുന്നു. നദികളിൽനിന്നു ലഭിക്കുന്ന ഊർജ്ജം മുഴുവൻ തന്നെ വിദ്യുച്ഛക്തിയായി മാറ്റപ്പെടുകയാണ്. അണു കേന്ദ്ര-ഊർജ്ജവും വിദ്യുച്ഛക്തിയായി മാറ്റിയാൽ മാത്രമേ നമുക്ക് അതുകൊണ്ട് പ്രയോജനമുള്ളൂ. ഇതെല്ലാം കേവലം യാദൃച്ഛികമല്ല.

ഊർജ്ജത്തിന്റെ ഏറ്റവും "സമർത്ഥമായ" രൂപം വിദ്യുച്ഛക്തി യാണ്. അതിന് എല്ലാം, മിക്കവാറും എല്ലാം, ചെയ്യാൻ കഴിയും.

നമ്മുടെ യുഗത്തെ ന്യൂക്ലിയർയുഗം, റോക്കറ്റ് യുഗം, സ്പെയിസ് യുഗം, എന്നൊക്കെ വിളിക്കാറുണ്ട്. എന്നാൽ അതിനെ "വൈദ്യുത യുഗം" എന്നു വിളിക്കുന്നതായിരിക്കും ഏറ്റവും ശരി.

അതിനു പ്രത്യേക തെളിവുകളൊന്നും ആവശ്യമില്ല. ചുറ്റുപാടും ഒന്നു കണ്ണോടിച്ചാൽ മതി. നമ്മുടെ വീടുകളിൽ വൈദ്യുത ഇസ്തി രിപ്പെട്ടികളും, വൈദ്യുത ദീപങ്ങളും ടെലിവിഷൻ സെറ്റുകളും റേഡിയോകളും മറ്റും പ്രവർത്തിക്കുന്നു. റോഡുകളിൽ വിദ്യുച്ഛക്തി കൊണ്ടോടുന്ന ട്രാമുകളും ട്രോളിബസ്സുകളും കാണാം. വൈദ്യുത തീവണ്ടികൾ പാളങ്ങളിലൂടെ ഓടുന്നുണ്ട്. വിദ്യുച്ഛക്തി എന്നു പറയുമ്പോൾ ഫാക്ടറികളിൽ പ്രവർത്തിക്കുന്ന കോടിക്കണക്കിന് എഞ്ചിനുകളേയും ഇലക്ട്രോണിക് കംപ്യൂട്ടറുകളേയും മറ്റുമാണ് നാം ഓർക്കേണ്ടത്. വിദ്യുച്ഛക്തി പെട്ടെന്ന് അപ്രത്യക്ഷമായാൽ നമ്മുടെ ജീവിതം നൂറിരട്ടി ദുഷ്കരമായിരിക്കും.

ഉടനടി ഉപയോഗിക്കാവുന്ന രീതിയിൽ വിദ്യുച്ഛക്തി പ്രകൃതിയിൽ സ്ഥിതി ചെയ്യുന്നില്ല. പലപ്പോഴും ഒരു ഇടിമിന്നലുണ്ടാവുകയും ഇടി മുഴങ്ങുകയും ചെയ്യുമെന്നതു ശരിതന്നെ. എന്നാൽ അവിടംകൊണ്ട് അതവസാനിക്കുന്നു. പ്രകൃതിയിലെ സ്രോതസ്സുകളിൽനിന്ന് കൽക്കരിയോ വാതകമോ ജലോർജ്ജമോ കിട്ടുതന്നതുപോലെ "റെഡി-മേഡ്" ആയി വിദ്യുച്ഛക്തി കിട്ടുകയില്ല. മനുഷ്യന്റെ ബുദ്ധിയിൽ നിന്നാണ് വിദ്യുച്ഛക്തി ജന്മമെടുത്തത്.

വളരെക്കാലം മുമ്പ് ലൂയിജ് ഗൽവാനി എന്നു പേരുള്ള ഒരു പ്രൊഫസർ വീട്ടിൽവച്ച് തന്റെ വിദ്യാർത്ഥികൾക്കുവേണ്ടി ഒരു പ്രഭാഷണം നടത്തുകയായിരുന്നു. ഒരു ഉരുക്കുകത്തികൊണ്ട് ഉച്ചഭക്ഷണത്തിനുള്ള തവളകളെ തൊലിയുരിച്ചുകൊണ്ട് ഭാര്യ അടുപ്പിനടുത്തു നിന്നിരുന്നു. ഭർത്താവിന്റെ പ്രഭാഷണം ശ്രദ്ധിച്ചുകൊണ്ട് നിന്നിരുന്ന ആ സ്ത്രീയുടെ കൈയിൽനിന്ന കത്തി താഴെവീണു. തൊലിയൂരിച്ച് കിണ്ണത്തിൽ വച്ചിരുന്ന ഒരു തവളക്കാലിന്റെ മുകളിലേക്കാണ് അതു വീണത്. കത്തിയുടെ ഒരറ്റം കിണ്ണത്തിൽ ചെന്നു മുട്ടി. തവളക്കാൽ ജീവനുള്ളതുപോലെ ശക്തിയായ് മുകളിലേക്കു ചാടി. ഭാര്യ ഈ വിവരം ഗൽവാനിയോടു പറഞ്ഞു. അദ്ദേഹം തവളക്കാൽ ഉപയോഗിച്ച് ഇതേ പരീക്ഷണം അനേകം തവണ ആവർത്തിച്ചു. താൻ "ജന്തു-വൈദ്യുതി" കണ്ടുപിടിച്ചുവെന്ന് അദ്ദേഹം തീരുമാനിച്ചു. അദ്ദേഹത്തിന്റെ സിദ്ധാന്തപ്രകാരം ജീവനുള്ള എല്ലാ വസ്തുക്കളിലും വൈദ്യുതിയുണ്ട്; അതാണ് പേശികളുടേയും മസ്തിഷ്കത്തിന്റെയും പ്രവർത്തനങ്ങളെ നയിക്കുന്നത്.

അലക്സാൻഡ്രോ വോൾട്ട എന്ന പ്രമുഖ ഭൗതികശാസ്ത്രജ്ഞനാണ് ഈ കടംകഥയ്ക്കുള്ള ശരിയായ ഉത്തരം കണ്ടുപിടിച്ചത്. "ജന്തു-വൈദ്യുതിയിൽ"അദ്ദേഹത്തിന് വിശ്വാസമില്ലായിരുന്നു. ഗൽവാനിയുടെ പരീക്ഷണത്തിലെ തവള യാദൃച്ഛികമാണെന്ന് വോൾട്ട വിശ്വസിച്ചു. വിദ്യുത്ധാര ഉണ്ടാക്കാനുള്ള യഥാർത്ഥ കാരണം രണ്ട് വിഭിന്ന ലോഹങ്ങൾ കൂട്ടിമുട്ടിയതാണെന്ന് അദ്ദേഹം അഭിപ്രായപ്പെട്ടു. ഉരുക്കും ടിന്നുമായിരുന്നു ആ ലോഹങ്ങൾ. തവളക്കാൽ ഒരു സാധാരണ ചെമ്പുകമ്പി പോലെയുള്ള ഒരു ചാലകം മാത്രമായിരുന്നു. ഒമ്പതു വർഷങ്ങൾ കഴിഞ്ഞ് അദ്ദേഹം അത് പ്രയോഗികമായി തെളിയിക്കുകയും ചെയ്തു. അദ്ദേഹം ചെമ്പിന്റേയും സിങ്കിന്റേയും തകിടുകളുപയോഗിച്ച് ഒരു വോൾട്ടീയ-പൈൽ ഉണ്ടാക്കി. ഗൽവാനിയുടെ

ബഹുമാനാർത്ഥം അദ്ദേഹം അതിന് ഗൽവാനിക് എലിമെന്റ് എന്നു പേരു കൊടുത്തു.

വൈദ്യുതിയുടെ രഹസ്യത്തെപ്പറ്റി പഠിക്കാൻ ഇത്തരം എലിമെന്റുകൾ ശാസ്ത്രജ്ഞന്മാരെ വളരെക്കാലം സഹായിച്ചു. ആദ്യത്തെ വിദ്യുത്കാന്തങ്ങൾക്ക് വിദ്യുത്ധാര നൽകിയത് ഇവയാണ്. ഇവയിൽനിന്ന റഷ്യൻ ഭൗതികശാസ്ത്രജ്ഞനായ വി.വി. പെത്രോവ് ആദ്യമായി പ്രകാശത്തിന്റെ വൈദ്യുതസ്രോതസ്സ്(വോൾടീയ –ആർക്) കത്തിച്ചു.

എന്നാൽ വോൾട്ടയുടെ എലിമെന്റുകൾ തീരെ ദുർബ്ബലങ്ങളായിരുന്നു. വളരെ ഉയരമുള്ള ഒതുക്കമില്ലാത്ത ഗോപുരങ്ങൾ നിർമ്മിച്ചാലേ വേണ്ടത്ര വിദ്യുച്ഛക്തി ലഭിക്കുകയുള്ളൂ.

പത്തൊമ്പതാം നൂറ്റാണ്ടിന്റെ തുടക്കത്തിൽ ലണ്ടനിലെ ഒരു പുസ്തകബൈണ്ടിംഗ്ശാലയുടെ ഉടമ പതിന്നാലു വയസ്സുള്ള ഒരു ബാലനെ ജോലിക്കെടുത്തു. ദരിദ്രനായ ഒരു കൊല്ലന്റെ മകനായിരുന്ന ആ ബാലൻ പ്രാഥമിക വിദ്യാഭ്യാസം പോലും പൂർത്തിയാക്കിയിട്ടില്ലായിരുന്നു. എന്നാൽ ജിജ്ഞാസവും പാരായണത്തിൽ അതീവതല്പരനമായിരുന്നു ആ ബാലൻ. മൈക്കൽ ഫാരഡേ എന്നായിരുന്നു ആ കുട്ടിയുടെ പേർ. ഒരു ദിവസം എൻസൈക്ലോപീഡിയ ബ്രിട്ടാനിക്കയുടെ ഒരു വാല്യം ബയണ്ടു ചെയ്തു കൊണ്ടിരിക്കെ വൈദ്യുതിയെപ്പറ്റിയുള്ള ഒരു ലേഖനം ആ കുട്ടി വായിക്കാനിടയായി. അതിന്റെ അത്ഭുതസിദ്ധികൾ ആ ബാലനെ വളരെയേറെ ആകർഷിച്ചു. ഫാരഡേ ലോഹക്കഷ്ണങ്ങളും കമ്പികളുംകൊണ്ട് വൈദ്യുത ഉപകരണങ്ങളുണ്ടാക്കി അവ ഉപയോഗിച്ചു പരീക്ഷണങ്ങൾ നടത്തിത്തുടങ്ങി.

വിദ്യുത്ധാരയുള്ള ഒരു ചാലകത്തിനു ചുറ്റും എപ്പോഴും ഒരു കാന്തികക്ഷേത്രം സംജാതമാകണമെന്ന് മൈക്കൽ ഫാരഡേ കണ്ടുപിടിച്ചു. ലോക രാക്കപൊടിയുടെ വൃത്തങ്ങൾ ഓർക്കുന്നില്ലേ? അതുപോലെതന്നെയാണ് ഇതും. "വൈദ്യുതി കാന്തതയായി മാറുന്നു!" അക്കാലത്തെ ശാസ്ത്രപത്രികകൾ എഴുതി.

വൈദ്യുതിയ്ക്ക് കാന്തതയായി മാറാൻ കഴിയുമെങ്കിൽ കാന്തതയ്ക്ക വൈദ്യുതിയായി മാറാൻ കഴിയുകയില്ലേ എന്ന ചോദ്യം ഫാരഡേയെ അലട്ടിക്കൊണ്ടിരുന്നു. അതേപ്പറ്റി സദാ ഓർമ്മിക്കുവാൻ വേണ്ടി അദ്ദേഹം രണ്ട് കാന്തങ്ങൾ കോട്ടിന്റെ പോക്കറ്റിലിട്ടു. ഫാരഡേ നൂറുകണക്കിന് പരീക്ഷണങ്ങൾ നടത്തുകയും ഡസൻ കണക്കിന്

ഉപകരണങ്ങൾ ഉണ്ടാക്കുകയും ചെയ്തു. ഒടുവിൽ ഒമ്പതു വർഷത്തെ പരീക്ഷണങ്ങൾക്കുശേഷം 1831-ൽ ഒരു ശാസ്ത്രപത്രികയിൽ അദ്ദേഹം ഒരു സ്കെച്ച് പ്രസിദ്ധീകരിച്ചു. രണ്ടു കാന്തങ്ങളുടെ ഇടയ്ക്ക് കനം കുറഞ്ഞ ഒരു ചെമ്പുതകിട് വെച്ചിരിക്കുന്നത് ചിത്രത്തിൽ കാണാമായിരുന്നു. അടുത്ത ഒരു കാന്തികസൂചിയുമുണ്ട്. തകിട് തിരുയുമ്പോൾ കാന്തിക സൂചിയും തിരിയും തകിട് നിശ്ചലമാകുമ്പോൾ കാന്തിക സൂചി അതിന്റെ പ്രാരംഭസ്ഥാനത്തേക്ക് തിരിച്ചു പോകും. തകിട് തിരിയുമ്പോൾ കാന്തങ്ങൾ അതിൽ വൈദ്യുതി സൃഷ്ടിക്കുന്നുവെന്ന് ഫാരഡേ അതിനു വിശദീകരണം നൽകി. വൈദ്യുതി "കാന്തത" ഉണ്ടാക്കുകയും അതിനാൽ സൂചി ചലിക്കുകയും ചെയ്യുന്നു. ഒരു കാര്യം പ്രത്യേകം ശ്രദ്ധിക്കുക. "തകിട് തിരിയുമ്പോൾ" എന്നാണ് പറഞ്ഞിരിക്കുന്നത്. അതായത് തിരിയൽ ഇല്ലെങ്കിൽ വൈദ്യുതിയും ഇല്ല എന്നർത്ഥം. ഇപ്പോൾ നാം അക്കാര്യം പറയുന്നത് ഇങ്ങനെയാണ്. ചലനത്തിന്റെ യാന്ത്രിക-ഊർജ്ജം വിദ്യുച്ഛക്തിയായി മാറുന്നു.

ഫാരഡേയുടെ ഉപകരണത്തിന്റെ പേര് വിദ്യുത്-യാന്ത്രിക-ജനറേറ്റർ എന്നാണ്. യാന്ത്രിക-ഊർജ്ജത്തിൽനിന്ന് വൈദ്യുത-ഊർജ്ജം ഉണ്ടാക്കുന്ന ഉപകരണം എന്നാണ് അതിന്റെ അർത്ഥം. എന്നാൽ ഒരു യഥാർത്ഥ ജനറേറ്റർ നിർമ്മിക്കപ്പെട്ടത് മുപ്പത് വർഷങ്ങൾകൂടി കഴിഞ്ഞാണ്. എങ്കിലും ആധുനിക വൈദ്യുത-ഊർജ്ജവിജ്ഞാനത്തിനു തുടക്കം കുറിച്ചത് ഫാരഡേയുടെ പരീക്ഷണങ്ങളാണ്. ഇപ്പോൾ വിദ്യുച്ഛക്തി ഏതാണ്ട് മുഴുവൻ തന്നെ ഉല്പാദിപ്പിക്കുന്നത് വിദ്യുത്-യാന്ത്രിക-ജനറേറ്ററുകളാണ്. അവയ്ക്കു പല പേരുകളുണ്ട്. ജനറേറ്റർ തിരിക്കുന്നത് ആവി- ടർബൈൻ ഉപയോഗിച്ചാണെങ്കിൽ അതിനെ ടർബോജനറേറ്റർ എന്നു വിളിക്കുന്നു. ജല-ടർബൈൻ കൊണ്ട് തിരിയുന്ന ജനറേറ്ററുകളെ ഹൈഡ്രോജനറേറ്റുകൾ എന്നു വിളിക്കുന്നു. എന്നാൽ അവയുടെ ജോലിയിൽ യാതൊരു വ്യത്യാസവുമില്ല. പക്ഷേ ആധുനിക ജനറേറ്ററുകളിൽ ഫാരഡേയുടെ യന്ത്രത്തിലുണ്ടായിരുന്ന ചെമ്പുതകിട് ഇല്ല. എങ്കിലും ഇപ്പോഴും ഒരു കാന്തിക ക്ഷേത്രത്തിൽ തിരിഞ്ഞുകൊണ്ടിരിക്കുന്ന ചെമ്പുകമ്പികളിലാണ് വൈദ്യുതിയുണ്ടാകുന്നത്.

ഫാരഡേയുടെ കണ്ടുപിടിത്തത്തിനുശേഷം ഏതാനും വർഷങ്ങൾ കഴിഞ്ഞ് 1838-ൽ ബി.എസ്. യാക്കൊബി എന്ന റഷ്യൻ ശാസ്ത്രജ്ഞൻ ആദ്യത്തെ വൈദ്യുത എഞ്ചിൻ കണ്ടുപിടിച്ചു. അദ്ദേഹത്തിന്റെ

വൈദ്യുത-എഞ്ചിൻ എല്ലാം മറിച്ചു ചെയ്തു. അത് വിദ്യുച്ഛക്തിയിലെ ഊർജ്ജത്തെ ചലനമാക്കി മാറ്റി. യാക്കോബി അത് ഒരു ബോട്ടിൽ ഘടിപ്പിച്ച്, നെവാനദിയിൽ പരീക്ഷിച്ചുനോക്കി. "യാക്കോബിയുടെ വൈദ്യുത-ബോട്ട്" എന്നായിരുന്നു അതിന്റെ പേര്. അന്നത്തെ വൃത്താന്തപത്രങ്ങൾ അതേപ്പറ്റി എഴുതി. "വിദ്യുത്-യാന്ത്രിക ബലം കൊണ്ട് ചലിക്കുന്ന ഈ ബോട്ട് 12 യാത്രക്കാരെയും വഹിച്ചുകൊണ്ട്, ശക്തിയുള്ള കാറ്റിനെ വകവെയ്ക്കാതെ ഒഴുക്കിനെതിരെ ഏതാനും മണിക്കൂറുകൾ സഞ്ചരിച്ചു..."

വൈദ്യുതയുഗത്തിന്റെ തുടക്കം കുറിച്ചവയായിരുന്നു മേല്പറഞ്ഞ രണ്ട് കണ്ടുപിടിത്തങ്ങളും എന്ന് പറയുന്നതിൽ തെറ്റില്ല.

നൂതനമായ എല്ലാറ്റിനേയുംപോലെതന്നെ വിദ്യുച്ഛക്തിയ്ക്കും ഉടനടി അംഗീകാരം കിട്ടിയില്ല 1876-ൽ പാരീസിലെ തെരുവുകളിൽ "റഷ്യൻ വിളക്കുകൾ" യാബ്ളൊച്ക്കൊവ് കണ്ടുപിടിച്ച തെരുവുവിളക്കുകൾ- കത്തിത്തുടങ്ങിയതിനു ശേഷമാണ് പൊതുജനങ്ങൾക്ക് അതിൽ വിശ്വാസം വന്നത്.

എന്താണ് വിദ്യുച്ഛക്തി? വിദ്യുത്ധാര എന്നു പറയുന്നത് ഇലക്ട്രോണുകളുടെ ഒരു പ്രവാഹത്തെയാണെന്ന് പാഠപുസ്തകങ്ങൾ പറയുന്നു. അണുവിന്റെ ഘടന നിങ്ങൾ ഓർക്കുന്നുണ്ടോ? മധ്യത്തിൽ അണുകേന്ദ്രം, അതിൽ ബന്ധിക്കപ്പെട്ടതുപോലെ അതിനുചുറ്റും ഭ്രമണം ചെയ്തുകൊണ്ടിരിക്കുന്ന ഇലക്ട്രോണുകൾ, എന്നാൽ ഇലക്ട്രോണുകൾ എല്ലാം അണുകേന്ദ്രവുമായി ഒരേപോലെയല്ല ബന്ധിക്കപ്പെട്ടിരിക്കുന്നത്. ചിലത് ബലമായി ബന്ധിച്ചിരിക്കുന്നു. മറ്റുള്ളവ അത്രയും ബലമായിട്ടല്ല ബന്ധിക്കപ്പെട്ടിരിക്കുന്നത്. ദുർബ്ബലമായി ബന്ധിക്കപ്പെട്ട ഇലക്ട്രോണുകൾ വൈദ്യുതി സൃഷ്ടിക്കുന്നു. അവ നിഷ്പ്രയാസം സ്വന്തം അണുവിനെ ഉപേക്ഷിച്ച് "സഞ്ചാരികളായി" ത്തീരുന്നു. ലോഹങ്ങളിൽ പ്രത്യേകിച്ചും ഇത്തരം സ്വതന്ത്ര ഇലക്ട്രോണുകൾ വളരെയധികം ഉണ്ട്. അവ സ്വതന്ത്രമായി ലോഹങ്ങൾക്കുള്ളിൽ സഞ്ചിരിച്ചുകൊണ്ടിരിക്കുന്നു. അവ മറ്റ് അണുക്കളുമായി ചേരുകയും അതിനുശേഷം പിന്നെയും സഞ്ചാരത്തിനിറങ്ങുകയും ചെയ്യും. എന്നാൽ ഈ സർവ്വത്രസ്വതന്ത്രമായ ചലനം വൈദ്യുതിയാകുന്നില്ല. ഒരു ദിശയിലേക്കു മാത്രം സഞ്ചരിക്കാവുന്ന റോഡുകളിലൂടെ കാറുകൾ നീങ്ങുന്നതുപോലെ സ്വതന്ത്ര ഇലക്ട്രോണുകളെല്ലാം ഒരേ ദിശയിലേക്ക് ചലിച്ചുതുടങ്ങുമ്പോൾ മാത്രമേ വൈദ്യുതി ഉണ്ടാകുന്നുള്ളു.

കാറുകളുടെ ഡ്രൈവർമാർ മനുഷ്യരാണ്. വിദ്യുത്-യാന്ത്രിക-ജനറേറ്ററിലെ കമ്പിയിലുള്ള ഇലക്ട്രോണുകളുടെ ഡ്രൈവർമാർ കാന്തങ്ങളും, കാന്തങ്ങൾ എല്ലാ ഇലക്ട്രോണുകളേയും ഒരേ ദിശയിലേക്കു നയിക്കുന്നു.

മനുഷ്യരുടെ ജീവിതത്തിൽ വിദ്യുച്ഛക്തി ഒരു യഥാർത്ഥ വിപ്ലവം തന്നെ സൃഷ്ടിച്ചു.

ഫാക്ടറികളിൽ ആവിയന്ത്രങ്ങൾ ആവശ്യമില്ലാതായി. അവയുടെ സ്ഥാനം വൈദ്യുത-എഞ്ചിനുകൾ കരസ്ഥമാക്കി. ഒരു വൈദ്യുതകമ്പി ഊർജ്ജം എത്തിക്കുന്നു, വൈദ്യുത-എഞ്ചിൻ ആ ഊർജ്ജത്തെ ചലനമാക്കി മാറ്റുന്നു. എങ്കിലും വാഹനങ്ങളിൽ പെട്രോൾ എഞ്ചിനോടു മത്സരിക്കാൻ അതിനു കഴിവില്ല. ഒരു കാറിനോ വിമാനത്തിനോ ഒരു വൈദ്യുതകമ്പിയും വലിച്ചുകൊണ്ട് സഞ്ചരിക്കാനാവില്ലല്ലോ. എന്നാൽ പൊതു വാഹനങ്ങളിൽ അതുപയോഗിക്കാൻ ഒരു മാർഗ്ഗം കണ്ടുപിടിച്ചിട്ടുണ്ട്. തെരുവുകളുടേയും റെയിൽപ്പാളങ്ങളുടേയും മുകളിലൂടെ വൈദ്യുതകമ്പികൾ കെട്ടിയിരിക്കുന്നു. ട്രെയിനുകളുടേയും ട്രാമുകളുടേയും ട്രോളിബസ്സുകളുടേയും മേൽക്കൂരയിൽ വിദ്യുത്ധാര-സംഗ്രാഹകങ്ങൾ ഉണ്ടാക്കിയിട്ടുണ്ട്. വൈദ്യുത-ജനറേറ്ററിൽനിന്നുള്ള വിദ്യുത്ധാര-സംഗ്രാഹങ്ങൾ ഉണ്ടാക്കിയിട്ടുണ്ട്. വൈദ്യുത-ജനറേറ്ററിൽ നിന്നുള്ള വിദ്യുത്ധാര കമ്പികളിലൂടെ പ്രവഹിക്കുന്നു; വിദ്യുത്ധാര സംഗ്രാഹകം(ആർക്) കമ്പികളിലൂടെ തെന്നിനീങ്ങുന്നു; എഞ്ചിൻ ചക്രങ്ങളെ കറക്കുന്നു.

വിദ്യുച്ഛക്തി നമ്മുടെ ദൈനംദിന ജീവിതത്തെ എങ്ങിനെ മാറ്റിയെന്നു പറയേണ്ടതില്ലല്ലോ. വൈദ്യുതദീപങ്ങളോ ടെലിവിഷനുകളോ ടെലിഫോണുകളോ ഇല്ലാത്ത ഒരു ജീവിതത്തെപ്പറ്റി ഒന്നാലോചിച്ചു നോക്കൂ. തീർച്ചയായും നമുക്ക് അവയൊന്നുമില്ലെങ്കിലും ജീവിക്കാൻ കഴിയും. പക്ഷേ അത് കഠിനവും വിരസവുമായ ഒരു ജീവതമായിരിക്കും. ഒരു സിനിമ കാണാനോ റേഡിയോ കേൾക്കാനോ കഴിയുകയില്ല.

എന്നാൽ സിനിമയുടെ കാര്യം സാരമില്ല. നമ്മുടെ വ്യവസായങ്ങൾക്കു വേണ്ട ഊർജ്ജം മുഖ്യമായും വിദ്യുച്ഛക്തിയാണ് നൽകുന്നത് എന്നതാണ് ഏറ്റവും പ്രധാനം.

വിദ്യുച്ഛക്തി എടുക്കാൻ നാം മൂന്നു "ശൃംഖലകളാണ്"

ഉപയോഗിക്കുന്നത്.

ഏറ്റവും പ്രധാന ശൃംഖല ഇന്ധനത്തെ ആധാരമാക്കിയുള്ളതാണ്. മൊത്തം വിദ്യുച്ഛക്തിയുടെ പത്തിൽ ഒമ്പതു ഭാഗവും ഈ രീതിയിലാണ് ഉല്പാദിപ്പിക്കുന്നത്. ജലവൈദ്യുതനിലയങ്ങളിൽ ഉപയോഗിക്കുന്ന രീതിയാണ് രണ്ടാമത്തേത്. മൊത്തം വിദ്യുച്ഛക്തിയുടെ ഏതാണ്ട് ഇരുപതിൽ ഒരംശം ഉൽപ്പാദിപ്പിക്കപ്പെടുന്നത് ഈ രീതിയിലാണ്. അണു-വൈദ്യുതനിലയങ്ങൾക്കാണ് മൂന്നാം സ്ഥാനം.

എന്നാൽ കാര്യങ്ങൾ എന്നും ഇങ്ങിനെയായിരിക്കുകയില്ല. അടുത്ത ഇരുപതോ മുപ്പതോ വർഷങ്ങൾക്കുള്ളിൽ ഈ സ്ഥിതി മാറും. നമുക്കു വേണ്ട ഊർജ്ജത്തിന്റെ പകുതിയും അപ്പോൾ അണു-വൈദ്യുതനിലയങ്ങളായിരിക്കും ഉല്പാദിപ്പിക്കുക. നമുക്ക് അങ്ങിനെ ഇന്ധനം ലഭിക്കാൻ കഴിയും. ഇപ്പോൾത്തന്നെ അത് വേണ്ടത്ര ഇല്ലല്ലോ. അമ്പതു വർഷങ്ങൾ കഴിഞ്ഞാൽ താപീയ-വൈദ്യുതനിലയങ്ങൾ വിരളമായിത്തീരും. ഇപ്പോൾ ആവി തീവണ്ടി-എഞ്ചിനുകൾ എങ്ങിനെയോ അതു പോലെ....

ഒരു പുഴ ഒഴുകുന്നതുപോലെയാണ് വൈദ്യുതനിലയങ്ങളിൽനിന്ന് വിദ്യുച്ഛക്തി പ്രവഹിക്കുന്നത്. പുഴയെപ്പോലെ അതിനും ഒരു ചാലും ഒരു സ്രോതസ്സും ഉണ്ട്. വൈദ്യുതകമ്പിയാണ് അതിന്റെ ചാൽ, വൈദ്യുത-ജനറേറ്ററാണ് സ്രോതസ്സ് പുഴയെപ്പോലെതന്നെ വിദ്യുച്ഛക്തിയിലും ഊർജ്ജത്തിന്റെ ഒരു ചാർജ്ജുണ്ട്. അതിന് പലതരം യന്ത്രങ്ങൾ പ്രവർത്തിപ്പിക്കാൻ കഴിയും: മില്ലുകൾ, ഫാക്ടറി യന്ത്രങ്ങൾ ആദിയായവ. ആയിരക്കണക്കിന് ചെറിയ ചെറിയ അരുവികളും നീർച്ചാലുകളും ഒന്നുചേർന്നാണ് ഒരുപുഴ ഉണ്ടാകുന്നത്. നേരെ മറിച്ച് വിദ്യുത്ധാരം പുഴകളും അരുവികളും നീർച്ചാലുകളുമായി പിരിയുകയാണു ചെയ്യുന്നത്. ആദ്യം ശക്തമായ ഒരു പൂർണ്ണ ധാര വൈദ്യുനിലയത്തിൽനിന്ന് വൈദ്യുത-ട്രാൻസ്മിറ്ററുകളുടെ ലൈനുകളിലേക്കു പ്രവഹിക്കുന്നു. വളരെ ഉയരത്തിൽ സ്ഥാപിച്ചിട്ടുള്ള അത്തരം ലൈനുകൾ നിങ്ങൾ നഗരത്തിനു പുറത്തുള്ള വയലുകളിൽ കണ്ടിരിക്കും. അതു പിന്നീട് ഉപനിലങ്ങളിൽവച്ച് വിഭജിക്കപ്പെടുന്നു. ഒരു ഭാഗം നഗരത്തിലേക്കും ബാക്കി ഗ്രാമങ്ങളിലേക്കും ചെറുപട്ടണങ്ങളിലേക്കും അയയ്ക്കപ്പെടുന്നു. നഗരത്തിനു ലഭിക്കുന്ന വിദ്യുച്ഛക്തി ജില്ലകൾക്കു വീതിച്ചു കൊടുക്കുന്നു. ഓരോ

ജില്ലയിലും അതു തെരുവുകളിലേക്കും ഫാക്ടറികളിലേക്കുമായി പിന്നേയും വിഭജിച്ചുകൊടുക്കുന്നു. അങ്ങിനെ അത് അവസാനം നമ്മുടെ മേശവിളക്കിലും ടെലിവിഷൻ സെറ്റിലും ഫാക്ടറിയിലെ യന്ത്രങ്ങളിലും എത്തിച്ചേരുന്നു. ആ യാത്രയുടെ അവസാനത്തിൽ വിദ്യുച്ഛക്തി വെളിച്ചമായും, വെള്ളിത്തിരയിലെ ചിത്രങ്ങളായും, ബിറ്റിന്റെ ചലനമായും, ഒരു വൈദ്യുത ഹീറ്ററിലേയോ സ്മെൽട്ടിംഗ് ഫർണസിലേയോ ചൂടായും പരിണമിക്കുന്നു.

വിദ്യുച്ഛക്തി നമ്മുടെ ജീവിതത്തെ വളരെയേറെ മെച്ചപ്പെടുത്തിയിട്ടുണ്ട്. എന്നാൽ അതിന് ചില ന്യൂനതകളുമുണ്ട്. ഒന്നാമതായി അതെടുക്കുന്ന രീതി സൗകര്യപ്രദമല്ല: ആ "ശൃംഖലകൾ" വളരെ നീണ്ടവയാണ്, പ്രത്യേകിച്ചും വിദ്യുച്ഛക്തി ഉല്പ്പാദിപ്പിക്കാൻ ഉപയോഗിക്കുന്ന താപീയ-രീതി.

വൈദ്യുതിയായിത്തീരുന്നതിനു മുമ്പ് ഊർജ്ജം അനേകം തവണ രൂപം മാറേണ്ടിയിരിക്കുന്നു. ആദ്യം ഇന്ധനം കത്തി ഊഷ്മാവ് പുറത്തുവിടുന്നു. പിന്നെ ആവി-കുട്ടകങ്ങളിൽ വെള്ളം തിളച്ച് ആവിയുണ്ടാകുന്നു. ആ ആവിയുടെ മർദ്ദം ചലനമായി മാറുന്നു. അതിനുശേഷം മാത്രമാണ് നമുക്ക് വിദ്യുച്ഛക്തി ലഭിക്കുന്നത്. ഈ ശൃംഖല ഒരു നൂറ്റാണ്ട് മുമ്പ് പ്രവർത്തിച്ചിരുന്നതെങ്ങിനെയോ അതു പോലെതന്നെയാണ് ഇപ്പോഴും പ്രവർത്തിക്കുന്നത്. ഈ സുദീർഘമായ പാതയിൽവച്ച് വളരെയധികം ഊർജ്ജം നഷ്ടപ്പെടുന്നു. മനുഷ്യരാശിയ്ക്കും പ്രകൃതിയ്ക്കും ഈ പ്രക്രിയ ഒരു പാഴ്ച്ചിലവാണ്. 50 ശതമാനം ഇന്ധനം വിദ്യുച്ഛക്തി ഉല്പാദിപ്പിക്കുന്നതിനിടയിൽ പാഴായിപ്പോകുന്നു. താപീയ-യന്ത്രങ്ങൾ മെച്ചപ്പെടുത്താൻ സാദ്ധ്യമല്ല. അതിനാൽ "ശൃംഖലകളിൽ നിന്ന്" ഇത്തരം യന്ത്രങ്ങൾ നീക്കം ചെയ്യേണ്ടതാണെന്ന് ശാസ്ത്രജ്ഞന്മാരും എഞ്ചിനീയർമാരും നിശ്ചയിച്ചു. ഊഷ്മാവ് നേരിട്ട് വിദ്യുച്ഛക്തിയാക്കി മാറ്റണം. അതിനുവേണ്ടി പുതിയ യന്ത്രങ്ങൾ ഉണ്ടാക്കപ്പെട്ടു. കാന്തിക-ഹൈഡ്രോഡൈനാമിക്-ജനറേറ്ററുകൾ എന്നാണ് അവയുടെ പേര്. "ഹൈഡ്രോ" എന്നു പറഞ്ഞാൽ "ജലം" എന്നാണ് അർത്ഥം. എന്നാൽ വാസ്തവത്തിൽ അവയിൽ ജലം ഇല്ല. ശ്വേതതപ്തമായ വാതക പ്ലാസ്മയാണ് അവയിൽ ഉപയോഗിക്കപ്പെടുന്നത്. വിദ്യുത്-ചാർജ്ജിതമായ അസംഖ്യം കണങ്ങൾ ചേർന്നതാണ് അതെന്ന് നമുക്കറിയാം. ധന-ചാർജ്ജിത കണങ്ങൾ(+) ഒരു വശത്തേക്കും ഋണ-ചാർജ്ജിത

കണങ്ങൾ(-) മറുവശത്തേക്കും പോകുന്നു. അവ രണ്ട് തകിടുകളിൽ സംഗ്രഹിക്കപ്പെടുന്നു. ഈ രണ്ടു തകിടുകളും ഒരു കമ്പിവഴി പരസ്പരം കൂട്ടിയിണക്കിയാൽ വിദ്യുത്ധാര അതിലൂടെ സഞ്ചരിക്കും. തുടർന്ന് എല്ലാം സാധാരണ രീതിയിൽ പ്രവർത്തിക്കുന്നു.

എന്നാൽ പ്രയോഗികമായി വളരെ സങ്കീർണ്ണമായ ഒരു പ്രക്രിയയാണിത്. ഭീമമായ തോതിൽ വാതക പിണ്ഡങ്ങളെ പ്ലാസ്മയാക്കി മാറ്റാൻ വളരെ പ്രയാസമാണ്. അത്യധികം ഉയർന്ന ചൂടും വളരെയേറെ ഇന്ധനവും ഇതിന് ആവശ്യമാണ്. യന്ത്രഭാഗങ്ങൾ ഈ തീവ്രമായ ചൂടിൽ കേടുവരാൻ സാദ്ധ്യതയുണ്ട്. കൂടാതെ വേറെയും പല സങ്കീർണ്ണതകളുമുണ്ട്.

വിദ്യുച്ഛക്തിയെ സംബന്ധിക്കുന്ന രണ്ടാമത്തെ പ്രശ്നം അതിന്റെ പ്രേഷണമാണ്. ഇപ്പോൾ വിദ്യുത്ധാരകൾ പ്രവഹിക്കുന്ന പ്രധാന "നദികൾ" വൈദ്യുത-പ്രേഷണ-ലൈനുകളാണ്. അവ വളരെയേറെ ഊർജ്ജം നഷ്ടപ്പെടുത്തുന്നു. വളരെയേറെ സ്ഥലം ഉപയോഗിക്കുന്നു. പണച്ചിലവു കൂടിയ ഏർപ്പാടാണ് അത്. ഇടുങ്ങിയ നഗരവീഥികളിലെപ്പോലെ അവയിലൂടെ ഒരേ സമയത്ത് കടന്നുപോകാൻ കഴിയുന്ന "ട്രാഫിക്" പരിമിതമാണ്. നമുക്ക് കൂടുതൽ കൂടുതൽ ഊർജ്ജം ആവശ്യമായിക്കൊണ്ടിരിക്കയാണ്. അതിനാൽ ഇത്തരം പ്രേഷണ -ലൈനുകൾ കൂടുതൽ ഉണ്ടാകേണ്ടിവരും.

എഞ്ചിനീയർമാർ ഇപ്പോൾ ഒരു പുതിയ രീതി നിർദ്ദേശിച്ചിരിക്കുകയാണ്. ഊർജ്ജത്തെ "തണുപ്പിച്ച കട്ടയാക്കി" കൊണ്ടുപോകാനുള്ള ഒരു മാർഗ്ഗമാണ് അത്. നന്നായി തണുപ്പിച്ച അവസ്ഥയിൽ ചില പദാർത്ഥങ്ങൾക്ക് നഷ്ടം വരുത്താതെ ഊർജ്ജം പ്രേഷണം ചെയ്യാൻ കഴിയും. തടിയുടെ അത്ര വണ്ണമുള്ള ഒരു കമ്പിക്ക് പ്രേഷണം ചെയ്യാൻ കഴിയുന്നത്ര ഊർജ്ജം തണുത്തുറഞ്ഞ ഒരു വണ്ണം കുറഞ്ഞ ഇഴയ്ക്ക് പ്രേഷണം ചെയ്യാൻ കഴിയും. അതിന്റെയർത്ഥം ഭാവിയിൽ ലൈനുകളുടെ എണ്ണമറ്റ ശൃംഖല ഒഴിവാക്കാമെന്നാണ്. വിലപിടിച്ച ചെമ്പ് ലാഭമാകും. ഉപഭോക്താവിന് കൂടുതൽ ഊർജ്ജം ലഭിക്കും. പ്രേഷണ -ലൈനുകൾക്കു ചുറ്റുമുള്ള വളരെയേറെ സ്ഥലം കൃഷിക്ക് ഉപയോഗപ്പെടുത്താൻ കഴിയും.

ദ്രവരൂപത്തിലുള്ള വാതകമായ ഹീലിയംകൊണ്ട് കമ്പികൾ തണുപ്പിക്കാൻ കഴിയും. കമ്പി ഒരു ലോഹപൈപ്പിലൂടെ കടത്തുന്നു. അതിലേക്ക് ഹീലിയം പമ്പു ചെയ്തു കയറ്റുന്നു. നമ്മുടെ "തലയ്ക്കു

മീതെക്കൂടി" ഇപ്പോൾ ഒഴുകുന്ന വൈദ്യുതനദികളുടെ സ്ഥാനം താമസിയാതെ "ഭൂഗർഭ" വൈദ്യുതനദികൾ ഏറ്റെടുക്കുമെന്ന് പ്രതീക്ഷിക്കാം.

www.ingramcontent.com/pod-product-compliance
Lightning Source LLC
LaVergne TN
LVHW010840051026
849532LV00007B/2762